ഊഴകരധ്യത
ധികരത യശലെയാ

(poem)
thorathe peyyunna pen mazhakal

•

naveena subhash

•

first edition
may 2016

•

typesetting & published
chintha publishers, thiruvananthapuram

•

•

cover
ambish

•

Rights reserved

വിതരണം

ദേശാഭിമാനി ബുക്ക് ഹൗസ്

H O തിരുവനന്തപുരം–695 035
phone: 0471-2303026, 6063026
www.chinthapublishers.com
chinthapublishers@gmail.com

ബ്രാഞ്ചുകൾ

ഹെഡ്ഡാഫീസ് ബ്രാഞ്ച് കുന്നുകുഴി • സ്റ്റാച്യു തിരുവനന്തപുരം • കെ എസ് ആർ ടി സി ബസ് സ്റ്റേഷൻ ആലപ്പുഴ • കെ എസ് ആർ ടി സി ബസ് സ്റ്റേഷൻ എറണാകുളം • മച്ചിങ്ങൽ ലെയ്ൻ തൃശൂർ • ഐ ജി റോഡ് കോഴിക്കോട് • മാവൂർ റോഡ് കോഴിക്കോട് • എൻ ജി ഒ യൂണിയൻ ബിൽഡിങ് കണ്ണൂർ • സെൻട്രൽ ബസ് ടെർമിനൽ കോംപ്ലക്സ് താവക്കര കണ്ണൂർ

CO - 2347 / 3882
ISBN - 978-93-86112-12

തോരാതെ പെയ്യുന്ന പെൺമഴകൾ

നവീന സുഭാഷ്

ചിന്ത പബ്ലിഷേഴ്സ്
തിരുവനന്തപുരം-695 035

നവീന സുഭാഷ്

കോഴിക്കോട് ജില്ലയിൽ പൂക്കോട് ജനനം (06-04-1982). അച്ഛൻ: വിജയൻ നായർ. അമ്മ: നളിനി.

പുത്തൻ വളപ്പ് യു പി സ്കൂൾ, ചേമഞ്ചേരി യു പി സ്കൂൾ, പൊയിൽക്കാവ് ഹൈസ്കൂൾ എന്നിവിടങ്ങളിൽ സ്കൂൾ വിദ്യാഭ്യാസം. കൊയിലാണ്ടി ആർട്സ് കോളേജിൽ ബി എ മലയാളം, കമ്പ്യൂട്ടർ പഠനത്തിൽ ഡിപ്ലോമ, കിന്റർ ഗാർ ഡൻ ടീച്ചേഴ്സ് ട്രെയിനിങ് എന്നിവയ്ക്കു ശേഷം അദ്ധ്യാ പികയായി ജോലി ചെയ്യുകയും സാമൂഹിക പ്രവർത്തനവും എഴുത്തുമായി മുൻപോട്ടു പോവുകയും ചെയ്യുന്നു. പ്രമുഖ സ്വാതന്ത്ര്യസമരസേനാനി കാരോളി അപ്പുനായരുടെ കൊച്ചുമകളാണ്.

ഭർത്താവ് : സുഭാഷ് നായർ
മക്കൾ   : മീനാക്ഷി, ദീപക്ദേവ്
വിലാസം : 'ശ്രീമീന' പന്തലായിനി
               കൊയിലാണ്ടി, കോഴിക്കോട്.
ഫോൺ   : 9048850028

ഉള്ളടക്കം

പ്രസാധകക്കുറിപ്പ്

പുതുകവിതയിൽ ശ്രദ്ധേയമായ 81 കവിതകളാണ് തോരാതെ പെയ്യുന്ന പെൺമഴകൾ എന്ന ഈ കവിതാ സമാഹാരത്തിന്റെ ഉള്ളടക്കം. അകൃത്രിമമായ ആഖ്യാന ത്തിലൂടെ മൗലികവും നവീനവുമായ രീതിയിൽ സമകാ ലിക ജീവിതം ഈ കവിതകളിൽ രേഖപ്പെടുത്തിയിരി ക്കുന്നു. ആന്തരിക ജീവിതത്തിലെ സംഘർഷങ്ങളും വേദ നകളും ഈ കവിതയിൽ ധനിക്കുന്നു. ഏകാന്തതയുടെയും ഒറ്റപ്പെടലിന്റെയും അനുഭവങ്ങളെ കവിതകളിലൂടെ അന്യ മാക്കുകയാണ് നവീന സുഭാഷ് എന്ന കവി.

നല്ല വായനാനുഭവം കാഴ്ചവയ്ക്കുന്ന ഈ കവിതാസമാ ഹാരം വായനക്കാരുടെ ലോകത്ത് എത്തിക്കുന്നതിന് ഞങ്ങൾക്കു സന്തോഷമുണ്ട്.

ചിന്ത പബ്ലിഷേഴ്സ്

'മിഴികളിൽ മഴവില്ല്'

കെ ഇ എൻ

സൗന്ദര്യപ്രയോഗത്തിന്റെ സംഗ്രഹം എന്ന അർത്ഥത്തിലാണ് 'കവിത' പ്രസക്തമാവുന്നത്. സത്യത്തിൽ അത്, സർവ്വതിനേയും 'ഭാവ നാത്മകമാക്കുന്ന' ഒരു സൂക്ഷ്മ സാംസ്കാരിക പ്രവർത്തനമാണ്. വരൾച്ചയെ ആർദ്രതയാക്കി തിരുത്തിയെഴുതുമ്പോഴും, അതുകൊണ്ടാ ണതിന് 'ആർദ്രതകൾ' ക്കകത്തെ വരൾച്ചകളും കണ്ടെത്താൻ കഴിയു ന്നത്. ഒരർത്ഥത്തിൽ നിറപ്പകിട്ടാർജ്ജിക്കുന്നത്, അതേറെ 'ഭാവനാത്മക മാകുമ്പോഴാണ്. കവിതയില്ലാതാകുമ്പോൾ ജീവിതം വരണ്ടുപോവുന്നത്. ആ 'ഭാവാത്മക'തയുടെ അഭാവംകൊണ്ടാണ്. നിരന്തരം കണ്ട് കണ്ട് നര ച്ചുപോയ കാഴ്ചകൾക്കകെത്ത് പുതിയ കാഴ്ചകൾ നിർമ്മിക്കുന്നതുകൊ ണ്ടാണ്, നില്ക്കുമ്പോൾ പോലും 'കവിത' പറക്കുന്നത്! അസാദ്ധ്യതക ളുമായുള്ള ഒരഭിമുഖമായിരിക്കാൻ അതുകൊണ്ടാണ് കവിതയ്ക്ക് കഴി യുന്നത്. കൈയില്ലാത്തവർക്ക് എങ്ങനെ കൈയുയർത്താൻ കഴിയുമെന്ന ശരിയായ ചോദ്യം തെറ്റായി തീരുന്നിടത്ത് വെച്ച് കവിത ഉണ്ടാവും! ഇതി ന്നർത്ഥം അതെപ്പോഴും 'മറുപുറം' മാത്രം കാണും എന്നല്ല; പതിവു കൾക്കും പ്രവചനങ്ങൾക്കുമപ്പുറം കടക്കാനും, ചിലപ്പോൾ 'പതിവു കൾക്ക്' ചുറ്റും 'പുതിയരീതികളിൽ' സഞ്ചരിക്കാനും അതിന് കഴിയും എന്നാണ്. പക്ഷേ, അതിനൊരിക്കലും 'പിഴച്ചപ്പതിവുകളെ' ആജീവ നാന്തം പുണർന്ന് കഴിയാനാവില്ല.

യുവകവികളിൽ ശ്രദ്ധ അർഹിക്കുന്ന നവീന സുഭാഷിന് കവിത ആർദ്രതയാർന്നൊരു, 'സൗന്ദര്യപ്രയോഗത്തിന്റെ സാന്ത്വനവും ശക്തി യുമാണ്, സ്വയം തളിർക്കുന്നതിലാണത് സൗഹൃദപ്പെടുന്നത്. അതിലേ ക്കുള്ള തിരിച്ചുവരവുകളുടെ തിളക്കങ്ങൾ കൊണ്ടാണത് വേറിട്ട് നില്ക്കു ന്നത്. "കാലുകളെ വെറുക്കുകയും ചിറകുകളെ മാത്രം സ്നേഹിക്കു

കയും" ചെയ്യുന്നൊരു 'കാല്പനികത'യുടെ അഗാധസ്പർശം കൊണ്ട് ഉന്മത്തകളായിരിക്കുമ്പോഴും; അതുകൊണ്ടാണതിന് ജീവിത സമഗ്രത യുടെ ഉയരങ്ങൾ സ്വന്തമായിരിക്കുന്നത്. നവീന സുഭാഷിന്റെ കവിതക ളിൽ എന്തെഴുതുമ്പോഴും ഒരദൃശ്യകണ്ണീർത്തുള്ളി എവിടെനിന്നോ അതി ലേക്ക് ഒഴുകിയെത്തുന്നതാണനുഭവം. ഉള്ളടക്കത്തെ കവിയുന്നൊരു ഉൾനനവിലേക്കാണത് ആഴുന്നത്. സങ്കടങ്ങൾ കൊണ്ടാണത്, സ്വന്തം കാലം സൃഷ്ടിക്കുന്നത്. അതുകൊണ്ടാണതിന്; പ്രണയത്തോടൊപ്പം; പ്രണയങ്ങൾക്കകത്തെ ചുഴികളെക്കുറിച്ചും വല്ലാതെ വ്യാകുലമാവുന്നത്.

'പ്രണയം' എഴുതി എഴുതി ഏറെ പരന്നുപോയിരിക്കുന്നു. എങ്കിലും അതിൽനിന്ന് ചിലപ്പോഴെങ്കിലും പൊള്ളുന്ന അനുഭൂതികളുടെ അപൂർവ്വ തീപ്പൊരികൾ പുറത്തുവരും! നവീന സുഭാഷിന് പ്രണയം ഒരാന്തരിക ലഹരിയുടെ സ്രോതസ്സാണ്.

'മഴത്തുള്ളികളിൽ തുടങ്ങി സമുദ്ര നീലിമയുടെ അനന്തതയിൽ ചെന്നെത്തുന്ന വിസ്മയം! പ്രണയമഴകളിൽ കുളിർമ്മ കൊള്ളുന്ന വാക്കു കളുടെ വിസ്മയ വഴികളിലെവിടെയോ വീണടിയുന്ന ജീവിതങ്ങളുടെ വാക്കുകൾക്കപ്പുറം കവിയുടെ തേങ്ങലുകളാണ് നവീന സുഭാഷിന്റെ കവിതകളിൽ നിലയ്ക്കാത്ത കണ്ണീരായ് കുത്തിയൊഴുകുന്നത്. 'ഉടലെന്ന മുഷിഞ്ഞ ഉടുപ്പിനുള്ളിൽ ഒരുവൾ ആത്മഹത്യ ചെയ്തിരിക്കുന്നു. 'മൃതം' എന്ന കവിതയിലെ അനാഡംബരമായ ആ ഒറ്റ വരിയിൽ കവി ഇടിച്ച് അമർത്തിവെച്ചിരിക്കുന്നത്, പീഡിത പെണ്ണനുഭവത്തിന്റെ ജീവിത വേദ നകളാണ്. ആദ്ധ്യാത്മികശാസ്ത്രം എത്രതന്നെ ശാസിച്ചാലും ഒരു പെണ്ണിനും ഉപേക്ഷിക്കാനാവാത്ത ഉടലും നശിച്ച ആത്മാവും എന്നൊരു ജീവിതസത്യമാണിവിടെ അസ്വസ്ഥമാവുന്നത്. അഗ്നിക്ക് ദഹിപ്പിക്കാനാ വാത്ത, വാളുകൾക്ക് മുറിക്കാനാവാത്ത, അനശ്വര ആത്മാവാണിവിടെ അവസാനിച്ചുപോകുന്നത്.

'അത്താണി' എന്ന കവിത പങ്കുവെക്കുന്നത്, പങ്കുവെക്കപ്പെടാനാ വാത്ത പീഡിത അമ്മയനുഭവങ്ങളുടെ അഗാധതകളാണ്. 'സിന്ദൂരരേഖ യിലെ തലവരകൾ' തീരാത്ത അഴലഴികളെണ്ണി പെറ്റുതളരല്' 'നാഥനി ല്ലാക്കളരിയിലെ നാഥ'; തുടങ്ങിയ കാവ്യപ്രയോഗങ്ങൾ; പുരുഷമേല്ക്കോ യ്മയ്ക്കു കീഴിലെ സ്ത്രീയനുഭവങ്ങളുടെ സങ്കടാഴങ്ങളുടെ ഒരു വേനൽ പുഴുങ്ങലാണ് പകുത്തു നല്കുന്നത്. നവീന സുഭാഷിന്റെ കവിതകളിലെ മുഖ്യമായ അന്തർധാരകളിലൊന്ന് ഒരത്താണിയാവലിലും അത് തേട ലിലുമാണ് തീവ്രമാവുന്നത്. സ്വയം കരുത്താവേണ്ട ഒരു ഉടലിന്, ആവി ഷ്കാരങ്ങളിലൂടെ 'ആത്മീയനുഭൂതികളുടെ' ഉറവിടമായി മാറേണ്ട ഒരു ഉടലിന്, എന്നും പേടിയോടെ കാവൽ നില്ക്കേണ്ടി വരുന്ന വർത്തമാന ദുരവസ്ഥക്കെതിരെയുള്ള ഒരു പെൺപ്രതിരോധത്തിന്റെ കണ്ണീരു ണർവ്വാണ് നവീന സുഭാഷിന്റെ കവിതകളിൽ വൃത്യസ്തവിധങ്ങളിൽ കുതറി തുള്ളുമ്പുന്നത്. ജീവിക്കാനുള്ള തന്ത്രപ്പാടുകളിൽ എവിടെയോ വെച്ച് 'കാണാതാവുന്ന' സത്വമാണ്, നവീന സുഭാഷിന്റെ കവിതകളിൽ

സങ്കടസമരസ്രോതസ്സായിരിക്കുന്നത്.

'ഒരിക്കലും ഉറവ വറ്റാത്ത/ഒരുനീർത്തടാകമാണെന്റെ മിഴികൾ എന്ന് 'അച്ചുതണ്ട്' എന്ന കവിതയിലും, 'ഒരിക്കലും മോക്ഷമില്ലാതെ ഞാനിങ്ങനെ പെയ്തുവീഴും/കണ്ണീർ മഴയിൽ രാമരാജ്യം മുഴുവനായി/ കടലെടുക്കും, എന്ന 'തോരാതെ പെയ്യുന്ന പെൺമഴകൾ' എന്നകവിത യിലും ഇരമ്പുന്നത് മതിലുകളൊക്കെയും മറിച്ചിടുന്നൊരൂർജ്ജമാണ് പ്രത്യക്ഷത്തിൽ സങ്കടാവിഷ്കാരമായിരിക്കെ അതെവിടെയോ വെച്ച് ഒരസന്നിഹിത സമരപ്രഖ്യാപനവും കൂടിയായിത്തീരുന്നതിനാലാണ് നവീന സുഭാഷിന്റെ കവിത, ഒരേസമയം സങ്കടസമരങ്ങളുടെ അനുഭൂതി വിനിമയമായി വികസിക്കുന്നത്.

'കയറില്ലാതെ നീ കുരുക്കിട്ട
ചരടുമുറുകിത്തുടങ്ങിയിരിക്കുന്നു....
ഒരു നാൾ അതിൽ ചീഞ്ഞുനാറുമ്പോൾ
വാർത്തയിൽ ഞാൻ ആത്മഹത്യ....'

എന്ന 'ഒറ്റക്കയർ' കവിതയിലെ 'കണ്ടെത്തൽ' കീഴ്മേൽ മറിയു ന്നൊരു കാലത്തിന്റെ ചങ്കിടിപ്പുകളുടെ ചോരയൊഴുക്കലാണ്. 'ഉയിരിൻ കൊലക്കുടുക്ക് ആക്കാനും കയറിനെ ഊഞ്ഞാലാക്കിയ' വൈലോപ്പി ള്ളിയുടെ ശുഭാപ്തി വിശ്വാസത്തിന്റെ ഇരുണ്ട മറുപുറമാണ്; ഒരു നൂൽ 'കയറായി' വളർന്ന് കഴുത്തുമുറുക്കുന്ന ഒരവസ്ഥയായി ഇവിടെ ഇരുളു ന്നത്. ബന്ധങ്ങൾക്കകത്ത് ശിരസ്സുയർത്തുന്ന മനുഷ്യവിരുദ്ധതയുടെ, ഇരുണ്ട ലോകത്തെയാണ് 'ഒറ്റക്കയർ' എന്ന കവിത, അശാന്തിയുടെ തിരകളുയരുംവിധം അവതരിപ്പിക്കുന്നത്.

പറയാതെ പറയാൻ

പാതി വാക്കുകൾ മുറിച്ചിട്ട്
നീയെൻ ഹൃദയവുമായി പറന്നു പോയി....
ഒരു വരി കവിതയിൽ കൊരുത്തിടാൻ മാത്രം
ഇത്ര മൃദുവായിരുന്നുവോ എൻ ഹൃദയം....
പറയുവാൻ വാക്കുകൾ
ഇരുഹൃദയത്തിലും തളം കെട്ടി നിന്നത്
നാമറിഞ്ഞിട്ടുമറിയാതെ എന്തിനായി കാത്തു വെച്ചു...
അടരുവാനാകാതെ
അടർന്നിടുമെന്നാദിയാലാകാമതെന്നത് നഗ്നസത്യം
അലയുകയില്ല നാം
മറ്റു പലരിലും കണ്ടൊരാ തനിയാവർത്തനങ്ങൾ
തൻ കുരുക്കുകളാൽ...
ഒതുങ്ങിയൊതുങ്ങി ഞാൻ മാറുമാ നേരങ്ങളിൽ
ഒരു മൂളിപ്പാട്ടുമായ് നീ അകലേക്കകലേക്ക്....
വഴികൾ പലതുണ്ട് പോകുവാനതെങ്കിലും
പോകാതെ പോകുന്നു നാമിരുവർ ഒരേയിടങ്ങളിൽ...
ഇരു ഹൃദയങ്ങളിൽ
ഹിമബിന്ദു ചുംബിച്ചു നിർത്തിയ
പൂങ്കാവനങ്ങൾ പരത്തുന്നു പരിമളം.
ഞാനറിയുന്നൊരാ ഗന്ധം നീയറിയുന്നുവെങ്കിലും
നമുക്കലയാതെയലയാം അലകളലതല്ലുമാ തീരങ്ങളിൽ
സൂര്യനകലെ മാഞ്ഞെന്നുറപ്പുള്ള നേരങ്ങളതൊന്നിൽ
ഉപ്പുകാറ്റേറ്റു മരവിച്ച ചുണ്ടുകൾക്ക്

നനവേകി നനവേകി ശമിച്ചിട്ടും
ശമിക്കാത്തൊരാ ദാഹത്തിന്നോർമ്മകൾ
മണൽത്തിട്ടയിൽ കുറിച്ചിട്ട്
അതൃപ്തരായ് ഒരു തിരിച്ചു വരവിൻ
പ്രതീക്ഷയിൽ മടങ്ങിടാം...
വഴികൾ പിളരുന്നിടങ്ങളിൽ
ഒരു തിരിഞ്ഞ് നോട്ടത്തിനായി കൊതിക്കുന്ന
മനസ്സുകളെ വീണ്ടും ബന്ദികളാക്കി
പിരിയാതെ പിരിഞ്ഞിടാം...

അത്താണി

അരണ്ടുണങ്ങിയ അമ്മയുടെ
ഗർഭപാത്രത്തിൽ തുടങ്ങി
ജഠരാഗ്നി കത്തിപടരുന്ന
വിശപ്പിന്റെ രോദനം.
പിച്ചനടന്ന നാളുകളിലത്രയും
ഈറനടുപ്പിൽ ഊതിവച്ച
അമ്മയുടെ മിഴികളിൽ മഴവില്ലുകണ്ടു.
ഏഴു നിറങ്ങളിൽ നരച്ച സ്വപ്നങ്ങൾ
മുറിച്ചിട്ട പളുങ്കുമണികൾ
ഒട്ടിയ കവിളിലൂടൂർന്ന്
കുഞ്ഞുനെറുകയെ നനച്ച നാളുകൾ
ഇന്നിതിലെന്നപോൽ.
ഇരുളിലച്ഛൻ ...
ഇരുളാന്നുമച്ഛൻ.......
അസ്പഷ്ട വാക്കുകൾ
അബോധ ബോധം....
പട്ടിണിയുച്ചിയിലാണുപോൽ
അമ്മ യാചിച്ചു ഭാരമൊഴിയുക...
മംഗല്യസൂത്രങ്ങൾ
കാതിൽ ജപമണികൾ...
പുതിയൊരത്താണി
വിശപ്പറ്റി ....
ഉടുതുണിക്ക് മറുതുണിയായി

പെറ്റുതളർന്നു..
കുടുംബിനിപ്പട്ടം
സിന്ദൂര രേഖയിൽ തലവരകൾ...
തീരാത്ത അഴലഴികളെണ്ണി
നാഥനില്ലാക്കളരിയിലനാഥയായിട്ടും
അമ്മയായി ....
അത്താണിയായി
അത്താണിയായി....

ലഹരി

ഋതുക്കളിൽ
ഇക്കുറി വസന്തം വന്നെത്തും
ഞാൻ കാട്ടുതേൻ നിറച്ച
എന്റെ ആദ്യ പ്രണയം
മുളന്തണ്ടിൽ ഒളിച്ചുവെക്കാം.
ചിത്രശലഭങ്ങൾ
എന്റെ പൂന്തോട്ടത്തിൽ പാറിനടക്കുമ്പോൾ
നിന്റെ മുരൾച്ചയിൽ മത്തുപിടിച്ച്
അതെടുത്ത് നിനക്ക് പകരാം....
ആവോളം പാനംചെയ്ത്
മധുര ലഹരിയിൽ നീ ഉന്മാദിയാവുക.
അശാന്തമാക്കപ്പെട്ട എന്റെ ബോധത്തിൽ
നീ ശാന്തി പകരുക.
നിസ്വാർത്ഥമായി മറ്റൊരു ദേശത്ത്
മുന്തിരിവള്ളികളിൽ
പെയ്തു വീണ
മഞ്ഞുതുള്ളികൾ നോക്കി
നമുക്ക് പ്രണയഗാനം പാടാം....
പരസ്പരം വീഞ്ഞുപകർന്ന്
നമുക്ക്
സ്വർഗ്ഗരാജ്യം പണിയാം.

സംവാദം

മുൻവിധികളില്ലാത്ത
ആത്മബന്ധത്തിന്റെ ആഴങ്ങളിൽ
ഊർന്നിറങ്ങി
മുങ്ങാംകുഴിയിട്ട്
ഇടതടവില്ലാത്ത സംവാദത്തിൽ നീരാടി
നീയും ഞാനും
കുളിർത്തത് ഏത് കിനാവിന്റെ നിഴൽ ചാരി
മഴത്തുള്ളിയിൽ തുടങ്ങി
സമുദ്ര നീലിമയുടെ
അനന്തതയിൽ ചെന്നെത്തി
എത്ര തവണ തോൽവി സമ്മതിക്കാത്ത
അപൂർണ്ണ സ്വരങ്ങൾ മനസ്സിലിട്ട് താരാട്ടി
ബഹുവചനത്തിൽ തളച്ച്
താഴിട്ടുപൂട്ടാൻ നീ തിരഞ്ഞ വിഷയം
ഏകാന്തത
വാക്കുകൾ തറുതല വെട്ടി ചിതറി വീണത്
പൊട്ടിച്ചിരികളുടെ വെള്ളിക്കിണ്ണത്തിൽ
ദുർവ്യാഖ്യാനങ്ങൾക്ക് ദുരഭിമാനം കൊണ്ട്
നാം ഒരുമിച്ച് പണി തീർത്ത മതിൽകെട്ടിന്റെ
ബലമളക്കാൻ ഒരു കർക്കിടക മഴ കൂടി വരും
അന്ന് ഇരുപുറവും ചാരിനിന്ന്

പരസ്പരം നഷ്ടമാകാത്ത
പുതിയ വിഷയത്തിൽ
നമുക്ക് തർക്കിച്ച് മുന്നേറാം....
ആ മതിൽ മണലാൽ
പണിതതാണെന്നതോർക്കാതെ.

സ്നാനം

നിന്റെ പ്രണയത്തിൻ
മുന്തിരിച്ചാറിൽ
സ്നാനം ചെയ്ത് ഞാൻ
പരിശുദ്ധയായിരിക്കുന്നു.....
എന്റെ ശ്യാമവർണ്ണത്തിൽ
ചുവന്ന പൂക്കൾ പൂക്കളം തീർത്തിരിക്കുന്നു...
നിന്റെ ചുംബനത്താലവ
ഒരിക്കലും വാടാതിരിക്കും..
ആടയാഭരണങ്ങളണിയിച്ച്
ഒരിക്കൽ നീ എന്നെ ഒരുക്കുമ്പോൾ
പ്രണയത്താൽ പുത്തുതളിർത്ത
രണ്ടു പൂമരങ്ങൾ
വേരുകളാൽ മുറുകെ പുണരുന്നുണ്ടാവും......
കുളിരും കാറ്റിൽ ആ മരപ്പൂക്കൾ
നമുക്ക് മേൽ പെയ്തിറങ്ങും....
അപ്പോൾ വെയിൽച്ചൂടും
മഞ്ഞിൻ കുളിരും
മഴച്ചാറ്റലും
നമുക്ക് മാറി മാറി
പ്രണയ വേദികൾ പണിതു തരും...
ഉടൽച്ചൂടിൽ ഉൾക്കുളിരുകൾ കനിഞ്ഞ്

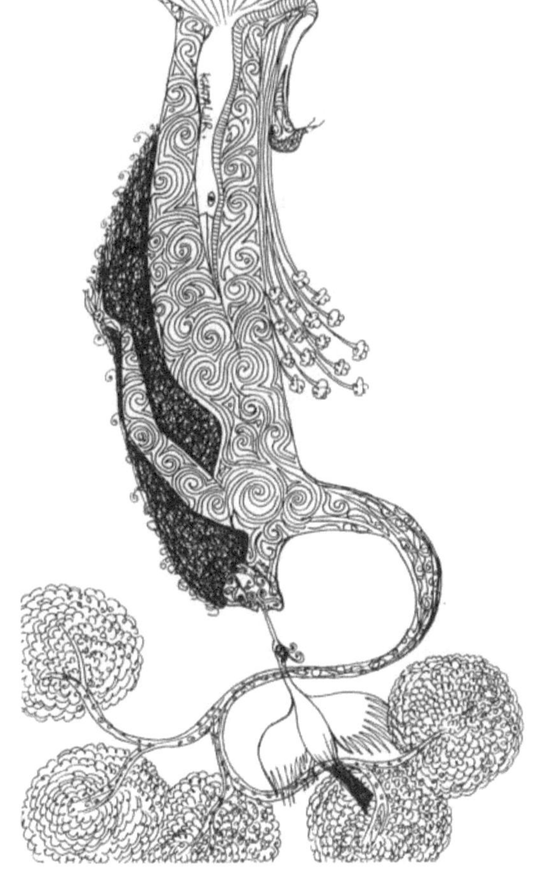

പായൽക്കാഴ്ച

ഈ രാത്രി പായൽ മൂടിയ
തടാകത്തിലൂടെ നീന്തുകയാണ്
ആകാശക്കോട്ട വിളക്കുകളണച്ച്
ആരോ സാക്ഷയിട്ടിരിക്കുന്നു.
ഒരു നക്ഷത്രക്കുഞ്ഞു പോലും
മിഴിതുറന്നില്ല
തിളക്കമാർന്ന
ഉടൽ...
വാൽ...
ചെതുമ്പൽ...
പച്ചപുതപ്പിൽ വഴുതിത്തണുത്തു...
പാതിയണഞ്ഞ കണ്ണുകളിൽ
ഇരുൾവഴികൾ നേർത്തിരിക്കുന്നു.
നൂൽപ്പാലത്തിലിരുന്ന്
കിനാവുകൾക്ക് ചിറക് നെയ്തു.
ഇന്നിനി ഏഴാം യാമത്തിൽ
തുടിക്കുന്ന ഹൃദയവും പേറി
പറക്കുന്ന ചിറകടി ഒച്ചയിൽ
നിലാചന്ദ്രൻ നിദ്രാവിഹീനൻ.
തടാകക്കരയിൽ
പച്ചപ്പുൽത്തകിടിയിൽ

മഞ്ഞുണർത്തി
കുഞ്ഞുപൂക്കൾ
ചിരിച്ചുനില്പുണ്ടായിരുന്നു.
പായലിളക്കത്തിൽ
അസ്തമയങ്ങളില്ലാത്ത ദ്വീപുകൾ.

എന്നിട്ടും

പ്രണയ സമ്പന്നതയിലും
ജ്ഞാനഹൃദയവും പേറി
പെയ്തു വീഴുന്ന
കാമാസ്ത്രങ്ങളിൽ നിന്നു
ഒഴിഞ്ഞുമാറുന്ന
ഒരുടലിന്ന് കാവലായിരുന്നവൾ..........
ഒരിക്കൽ
ഒരു പ്രവാചകൻ വരും
നീതമാംപ്രണയഗീതങ്ങൾ
പാടി മരിച്ച
ഒരു ബീവിയുടെ
കഥപറയും...
അപ്പോഴും
നരഭോജിയായ നീ
തേറ്റപ്പല്ലുകൾ കാട്ടി
കല്ലറക്കരികിലേക്കോടും....
ചീഞ്ഞളിഞ്ഞ
മുയൽക്കുഞ്ഞുങ്ങളെ
ചുംബിക്കാൻ.

വൈകിയെത്തിയ ആള്‍

വളരെ
വൈകിയാണയാള്‍
വന്നത്
പക്ഷേ,
എത്ര നേരത്തെയാണയാള്‍
അവളെ സ്വന്തമാക്കിയതും
മൂക്കുത്തിയിലൊളിപ്പിച്ച
നക്ഷത്രക്കല്ല് കണ്ടെത്തിയതും

ഓർമ്മകളുടെ ചാറ്റൽ മഴ

ഇന്ന് മധുരം നുണയുമ്പോൾ
എന്റെ ചുണ്ടുകളെ
നീ ഓർമ്മിക്കണം.
ഇടവഴികളും ഇരുൾവഴികളും
താണ്ടുമ്പോൾ
നിന്റെ ചിന്തകൾ
മറക്കുവാനാകാത്ത മധുരത്തിന്റെ ഓർമ്മകളിൽ
വെയിൽച്ചീളുകൾ
ചോലമരങ്ങൾക്കിടയിലൂടെ
കാട്ടരുവിയെ മുത്തുമ്പോൾ
പ്രണയം വൈഡൂര്യമണികളായി
പെയ്തിറങ്ങുന്നു.
എന്നും വാടാമല്ലികൾ പൂത്ത
നിന്റെ കവിൾത്തടം
നിറവസന്തമായിരുന്നു,
ചുണ്ടുകളിൽ മധു ചൊരിയാൻ.
നിന്റെ ഉദ്യാനപാലകനായി
കാറ്റിൽ പരാഗങ്ങളായി
നാം പൂർണ്ണരായി.
അതേ കാറ്റിൽത്തന്നെ
ഇടമുറിഞ്ഞകന്നുപോയ
ഒരു രാത്രിയിൽ
ധ്യാനനീലിമയിൽ

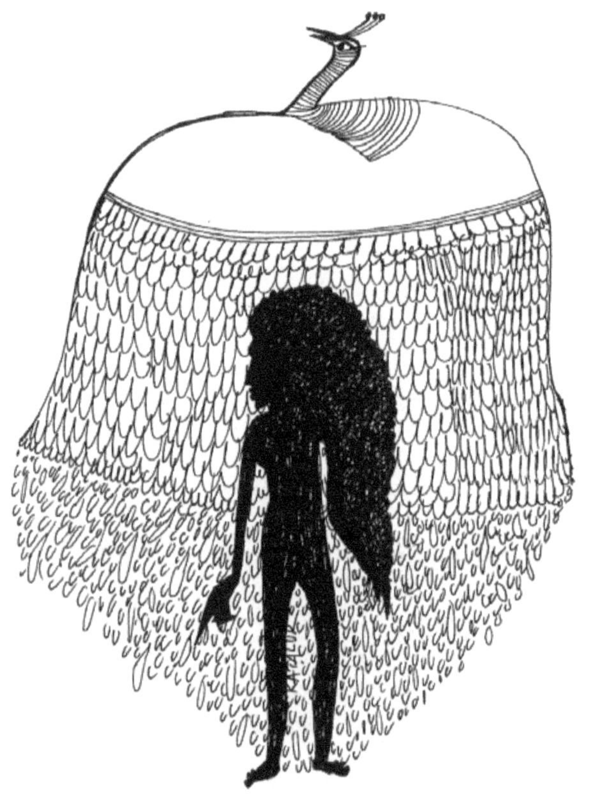

നിലാവിനോട് പരിഭവം പറഞ്ഞു...
ചിലപ്പോൾ പ്രാർത്ഥനകൾ
പുത്തൻ ചിറകുകൾ നല്കി
നിന്നെ തിരിച്ചയച്ചേക്കാം..
അപ്പോഴും നിന്റെ ചുണ്ടുകൾ
ആ മുന്തിരിച്ചാറിൻ സ്മൃതിമധുരിമയിൽ
ഈറനണിഞ്ഞവ തന്നെയായിരിക്കും..
ഓർമ്മകളുടെ ചാറ്റൽ മഴയിൽ
നമുക്ക് അധരങ്ങൾ
ഒരിക്കൽക്കൂടി ചേർത്തുവെക്കാം.

ആത്മശൃംഗം

ഭാവനയുടെ പളുങ്കുനൂൽ നെയ്തടുക്കി
ഏകാന്തതയുടെ പർവ്വതശൃംഗങ്ങളിൽ
ഇന്ദ്രിയോന്മാദങ്ങളെ
കടിഞ്ഞാൺ കുരുക്കുകളാക്കി
ആത്മാവിന്റെ നഗ്നതയെ ഋതുഭേദങ്ങളുടെ
വർണ്ണവസ്ത്രങ്ങളാൽ അണിയിച്ചിരുത്തി...
ശൃംഗപൗരുഷങ്ങളിൽ
പടർന്നുപന്തലിച്ച വള്ളികൾ
കള്ളികളെപ്പോലെ ദൃഷ്ടികളിലളക്കി...
മൗനത്തിന്റെ മഹാമുഴക്കങ്ങൾ
കവിതകളായി പതഞ്ഞൊഴുകി
താഴ്വാരങ്ങളിൽ
പൊൻവസന്തം തീർത്തു...
മഴ ശലഭങ്ങളെ
മേഘക്കൂട്ടിനുള്ളിലൊളിപ്പിച്ച്
വെള്ളാരം കണ്ണുകളിറുക്കി ചിരിച്ച്
പകൽ ഇരുൾച്ചില്ലകളിൽ
ചേക്കേറി...
പകൽ നേരങ്ങൾക്കായി
ഇനിയുമൊരു കാത്തിരിപ്പ്...
നക്ഷത്രമുകുളങ്ങളിൽ
മുന്തിരിക്കണ്ണുകൾ കൊരുത്തിട്ട്.

ഇടിമുഴക്കങ്ങൾ

ഹൃദയ ഘടികാരത്തിന്റെ
നിമിഷ സൂചി നിലച്ചു പോയിരിക്കുന്നു....
ഇനി ബാക്കിയുള്ളതെല്ലാം
പടിപടിയായി നിലച്ചുകൊള്ളും
ചിറകുകൾ ഒതുക്കിയടക്കി
നീ തപസ്സനുഷ്ഠിക്കാൻ
മാത്രമായി തെരഞ്ഞെടുത്ത
ഒരു ഗുഹ മാത്രമായിരുന്നിരിക്കണം ഈ ഉള്ളറകൾ
അജ്ഞതയുടെ കരിങ്കൽഭിത്തികൾ
ഓരോന്നായി തകർന്നു വീഴുമ്പോഴും
ഇടിമുഴക്കമാണെന്നേ
കരുതിയുള്ളൂ...
ഗണിതക്രിയകൾ ഇനിയും തിരുത്തി
പഠിക്കേണ്ടിയിരിക്കുന്നു.
ഇടങ്ങൾക്ക് മാത്രമാക്കപ്പെടുമ്പോൾ
അതങ്ങനെയാണ്.
ജ്ഞാനത്തിന്റെ ഉത്തുംഗതയിലേക്ക്
ഒരു സുപ്രഭാതത്തിൽ
നീ ചിറകുകൾ വിടർത്തി പടർന്നപ്പോൾ
നിന്നെ കാത്തിരിക്കുന്ന നക്ഷത്രാങ്കിത കവാടങ്ങൾ
മഞ്ഞുപാളികൾക്കിടയിലൂടെ എനിക്ക് കാണാമായിരുന്നു...
സ്വാർത്ഥതയുടെ വള്ളിപ്പടർപ്പുകൾ
ചങ്ങലകളായി നിന്റെ പാദങ്ങളിൽ

ബന്ധിക്കപ്പെടേണ്ടതായിരുന്നു...
പ്രതിഷ്ഠ നഷ്ടപ്പെട്ട പൂജാരിയായതിനാൽ
ദുർബ്ബലമായിരുന്നു ഇന്ദ്രിയങ്ങൾ....
കാതുകളിൽ നിന്റെ അവസാന ചിറകടിയൊച്ച...
മിഴികളിൽ അദൃശ്യമെങ്കിലും,
മേഘച്ഛായയിൽ
ഭീമാകാരമായ നിന്റെ കരിനിഴൽ...
അഴൽമൂടിയ കാനന സന്ധ്യയിൽ
ഉള്ളിലിരമ്പുംകടലലകൾക്ക്
സ്വയമേ തടവറ തീർത്ത് കുറേ പാറക്കെട്ടുകൾ....

അവൻമാത്രം

പുറത്ത് നിന്ന്
വാവിട്ട്കരഞ്ഞാണവൻ
ഒടുവിൽ അകത്ത് കയറിപ്പറ്റിയത്..
അകത്തുള്ളതെല്ലാം പുറത്ത് കാട്ടി
നിലാവുപോലെ പുഞ്ചിരി തൂകി...
നിഴലുകൾക്ക് പറയാനുള്ളത് കേൾക്കാൻ
സദാ കാതോർത്തും...
നവരസങ്ങൾ പകർന്നാടി
രാവ് പകലാക്കി....
അകത്തിരുന്ന് കരഞ്ഞ നേരങ്ങളിൽ
ചെങ്കൽ ഭിത്തിയിൽ തട്ടിത്തെറിച്ച
വാക്കുകൾ അവിടെത്തന്നെ
ചിതറിവീണില്ലാതായി....
കഴുത്തിന് പിടിച്ചാരോ
ഇരുളിൽ തള്ളിയിട്ടു....
വീണ്ടും പിടഞ്ഞെണീറ്റു.....
വീണ്ടും....
വീണ്ടും....
ഇപ്പോൾ വാതായനങ്ങൾ
മലർക്കെ തുറന്ന് ഇരുൾ കീറി
മിന്നാമിനുങ്ങുകൾ ആരതികാട്ടി....

പുറത്താക്കപ്പെട്ടവൻ മാത്രം
അകത്തേക്ക്...
അവൻമാത്രം....

നക്ഷത്രക്കൂടാരം പണിയുന്നവർ

ഈ പച്ചപ്പുൽത്തുമ്പിൽ
ഞാനിരുന്നാലോലമാടുമ്പോൾ
ആരാണീ രാത്രിയിൽ
ആരാമവീഥിയിൽ
ചിരാത് വെട്ടം തിരിനീട്ടി വെച്ചത്?
മഞ്ഞുപാളിച്ചെതുമ്പൽ ചേർത്താരോ
ഉടലിൽ കിളിർപ്പിച്ച
വെള്ളിച്ചിറകുകൾ വിരിച്ചു ഞാൻ
പൂങ്കെ ഇതൾ ചുണ്ടിൽ അമർത്തിച്ചിരിക്കട്ടെ...
ഇക്കുഞ്ഞുടൽ പൊതിഞ്ഞ നിലാവിന്
മുന്നിലായി നീ വന്ന് പൗർണ്ണമി പ്രഭ ചൊരിഞ്ഞീടവേ...
ഇക്കണ്ട കിനാക്കളും
കാണാക്കിനാക്കളും
രാവിതിൻ മടിയിൽ
നക്ഷത്രക്കൂടാരം പണിയുന്നു....
നിശ്ശബ്ദസുന്ദരമീ മുഹൂർത്തമിതിൽ
കുഞ്ഞുപൂക്കൾ പൂത്തുവിരിയട്ടെ...
എന്റെ പാൽപ്പുഞ്ചിരി
കൺകളിൽ ചേർത്തു നീ
ഇപ്പാതിരാനേരം
അമൃത് സേവിക്കുക....

ഗന്ധകഭൂമി

അയാൾക്ക്
മണ്ണിന്റെ മണവും
പെണ്ണിന്റെ മണവും
ഇഷ്ടമായിരുന്നു...
എന്നിട്ടും...
എന്തിനായിരുന്നു...
അയാളാ മണമില്ലാമണൽത്തരികളിൽ
തലപൂഴ്ത്തി മണംപിടിക്കാൻ
തത്രപ്പെട്ടത്....
ഗന്ധകഭൂമിയിൽ വിളവെടുപ്പിനായി
അഹോരാത്രം പണിയെടുത്തത്....
പണ്ട് പാടവരമ്പത്
മറന്ന് വെച്ച കൊയ്ത്തരിവാൾ
തുരുമ്പെടുത്തു പോയതയാൾ
അറിഞ്ഞുപോലുമില്ല......

യുക്തിവാദി

ഒരുമിച്ചല്ലേ
മഴ നനഞ്ഞത്...
ഉടലാകെ കോരിത്തരിച്ചതും....
ഒരു കാറ്റും കോളുമിടയ്ക്ക്
കയറി വന്നപ്പോഴേക്കും
നീ കരിയിലയും
ഞാൻ മണ്ണാങ്കട്ടയുമായിപ്പോയി...
ഞാൻ നിലംപൊത്തിയിടത്തുനിന്നാണ്...
ഒരു യുക്തിവാദി
പിടഞ്ഞെണീറ്റത്.....

ഒരേ നേരങ്ങൾ

നഗര മദ്ധ്യത്തിൽ ....
തിരക്കുകൾ....
പോക്കുവരവുകൾ....
കാഴ്ച കോലാഹലങ്ങൾ...
വില ഏറെയാണ്...
നിന്റെ നിമിഷങ്ങൾക്ക്...
മണിക്കൂറുകൾക്ക്...
ദിനരാത്രങ്ങൾക്ക്...
എന്നിട്ടും
എണ്ണി നോക്കിയിട്ടില്ലാത്ത...
നാഴിക കണക്കുകൾ
വരവുവെക്കാത്ത ചില നേരങ്ങളിൽ...
ഓർക്കുന്നു
എന്നോർമ്മപ്പെടുത്തി....
ഞാനോ...
മൗനം വിലയ്ക്ക് വാങ്ങി
സ്വയം വിലങ്ങണിഞ്ഞ് ...
വിരഹിണിയായി...
നിന്റെ പിണക്കങ്ങൾ...
പരിഭവങ്ങൾ...
കണ്ണീരിലാറ്റിക്കളഞ്ഞ്...
അർത്ഥശൂന്യമായി...
യാന്ത്രികമായി...

എന്റെ തിരക്കുകളിൽ...
നിന്റെ കൈയിലും
എന്റെ കൈയിലും ഒരേ നേരം...
ഒന്നായിരുന്നു...
നാം രണ്ടായിരുന്നിട്ടും...
രണ്ടിടങ്ങളായിരുന്നിട്ടും
നാം ഒന്നായിരുന്നപോലെ.....

ഫോസിലുകൾ കഥപറയുമ്പോൾ

ചില രൂപങ്ങൾ
വെളിച്ചം വീഴുന്നിടങ്ങളിൽ
നമ്മുടെ നിഴലുകൾ കാട്ടിത്തരുന്നു.
തെളിഞ്ഞും മറഞ്ഞും
ആജാത്യ വൈജാത്യങ്ങളെ
ദൃഷ്ടിമുനയിൽ
ചൂണ്ടുവിരലറ്റത്താൽ കോർത്തിടും.
ഒരിക്കലും മടുക്കാത്ത
അവനവനിലെ വൈരൂപ്യത്തെ
സൗന്ദര്യാസ്വാദനത്തോടെ തലോടും.
തിരിച്ചറിവിന്റെ
ജാലകപ്പാളികൾ
സദാ കൊട്ടിയടയ്ക്കപ്പെടും.
അജ്ഞതയുടെ കൊറ്റികൾ
ഒറ്റിക്കളഞ്ഞിരിക്കാം
ചിന്തയുടെ കൊള്ളിമീനുകളെ...
ഇപ്പോൾ തടാകക്കരയിൽ
തണൽ മരങ്ങൾ കാവലിരിക്കാറില്ല.
നിഴലുകൾക്ക് പോലും
നിഴലുകളെ തിരിച്ചറിയാൻ
കഴിയാതാവും.
ഇനി കൊടുംവെയിൽ മാത്രം
തണലില്ലാത്ത

നിഴലില്ലാത്ത...
വരൾച്ച...
വറ്റി വരണ്ട തടാകങ്ങളിൽ
പരൽ മീനുകൾ പൊള്ളിമരിക്കും...
അവയുടെ മുള്ളുകൾ
പച്ചോല നിഴലുകളെ അനുസ്മരിപ്പിക്കും...
അപ്പോഴെങ്കിലും നിഴലുകളെ വീണ്ടെടുക്കാൻ
നമുക്ക് പരക്കം പായാം...
ഫോസിലുകൾ മണ്ണിനടിയിൽ കിടന്ന് കിതയ്ക്കുന്നത്
കാലടികൾ അപ്പോഴും ഗൗനിക്കുന്നില്ല....
മാനവികത പുതിയ ഭൂപടങ്ങളിൽ
ഭൂതക്കണ്ണാടി വെച്ച്
ആരെയെങ്കിലും കൊണ്ട് തിരയിക്കാം...
ഇവിടെ നേരമില്ലാത്തവന്റെ
പുഞ്ചിരിക്കാൻ മറന്ന ചിത്രങ്ങൾ
നിസ്സംഗതരുടെ തെരുവുകളിൽ
വിറ്റഴിയും...
കറുത്ത ഉള്ളറകൾ
വെളുത്ത ഉടലുകളെ
തീപ്പന്തങ്ങളാക്കി
കത്തിച്ചുകളയും.

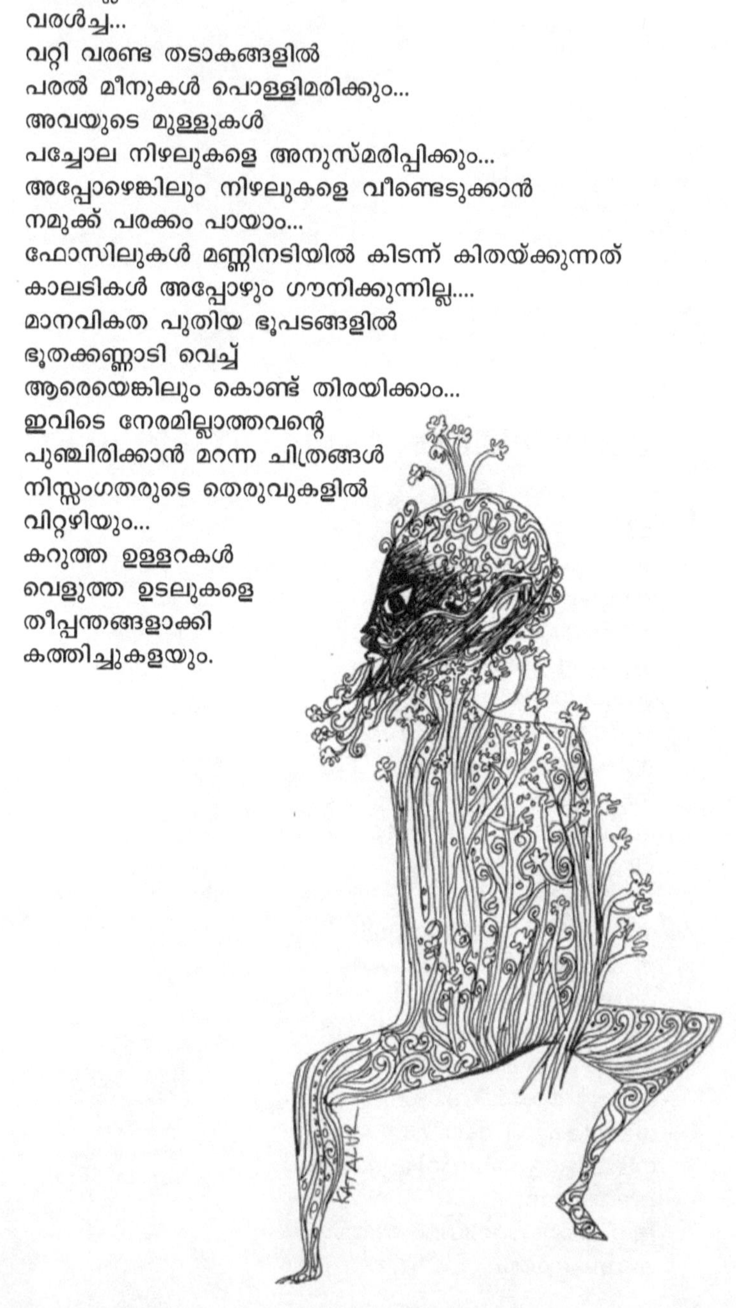

ഒറ്റക്കയർ

എന്റെ ശിഖരങ്ങൾ
എത്രയറിഞ്ഞാലും
കിളിർത്ത് വരും.
ഒരു മഴച്ചാറ്റൽ മാത്രം മതി
ഇലകൾ തല്ലിക്കൊഴിച്ചും
മാമ്പൂവിരുത്തും രസിക്കാറില്ലെ...
ഇറ്റുവീഴുന്ന പാൽക്കറ
ഉടുപ്പിൽ പറ്റാതിരിക്കാൻ
എത്ര ജാഗരൂകനായിരുന്നു....
വേനലിൽ ഉണങ്ങിയ ശിഖരങ്ങൾ
നീ ഒടിക്കാറേയില്ല.
എന്റെ ഹരിതാഭയിൽ
കൈക്കരുത്ത് കാട്ടിയാണല്ലോ
നിന്റെ ആയുധങ്ങൾ മിനുക്കിയത്.
ഓരോ മുറിവുകളും
ഓരോ തിരിച്ചറിവുകൾ.
സ്വത്വത്തെ കാട്ടിത്തന്ന മൂർച്ചമുനകൾ
കറപുരളുമ്പോൾ നിനക്ക്
അഗ്നിയിൽ ഉരുക്കിക്കളയാം...
പഴന്തുണിയിൽ തുടച്ച് കളയാം...
ഓരോ മരണവും
പുതിയ ജന്മം കൊതിക്കുന്നു....
നനുത്ത് കിളിർക്കും ഇനിയുമീ ശാഖകൾ....

കൂടൊരുക്കാൻ.
ചേക്കേറാൻ
ദേശാടനക്കിളികളും മരങ്കൊത്തിയും
അണ്ണാനും വിരുന്നുവരും...
ഇടങ്ങൾക്കായി അവ കലപില കൂട്ടും...
അതൊന്നുമറിയാതെ എന്റെ ഇലച്ചോട്ടിലെന്റെ ലോകം...
കയറില്ലാതെ നീ കുരുക്കിട്ട
ചരട് മുറുകിത്തുടങ്ങിയിരിക്കുന്നു...
ഒരു നാൾ അതിൽ ചീഞ്ഞുനാറുമ്പോൾ
വാർത്തയിൽ ഞാൻ ആത്മഹത്യ!

നാട്യശാസ്ത്രത്തിന്റെ ഓട്ടോഗ്രാഫ്

ഭാവപ്പകർച്ചകളില്ലാത്ത
എന്നിലെ നിശ്ചലതയ്ക്ക്
ഉയിരു പകർന്നത്
നിന്റെ വിരൽത്തുമ്പുകളാണ്...
നവരസങ്ങൾ
ഒറ്റ ബിംബത്തിൽ ചാലിച്ച് ചേർക്കാൻ
നിനക്ക് ഒറ്റ നിമിഷം മതി
അനുവാദമരുളാൻ കാത്തു നിൽക്കാതെ
എന്നിലലിയാൻ
നിനക്ക് മാത്രമേ കഴിയൂ
വരച്ചും കുറിച്ചും
വടിവുകളും വിടവുകളും കവിതയാക്കാൻ
നാട്യശാസ്ത്രമുദ്രയതൊന്ന്
സദാ നീ എന്നുടലിൽ ചേർത്തു വെച്ചിരിക്കുന്നു...
ഞാൻ സൃഷ്ടിക്കപ്പെടുന്നിടത്ത്
നീ കലയായി മുദ്രണം ചെയ്യുന്നതിപ്രകാരം...
കാലം നിന്നെ കവർന്നെടുത്താലും
നിന്റെ വിരലടയാളങ്ങൾ ബാക്കിയാക്കിയ
ആ ഓട്ടോഗ്രാഫ്
ചിതലരിക്കാതെ ഞാൻ കാത്ത് വെക്കും...
ഒരു മഴയ്ക്കും വേനലിനും മായ്ച്ചുകളയാനാകാത്ത
പച്ചമഷിയാൽ ഞാനതിനാവരണം തീർക്കും...

ചോദ്യം

നൂറുവട്ടം എത്തി നോക്കാറുണ്ട്
കാൽ കഴയ്ക്കുന്നതറിയാതെ
ഇമ തളർന്നതറിയാതെ
പിൻവിളിയിൽ കാതോർക്കാതെ
ഒരു താപസിയെപ്പോലെ
എന്തിന്?
എന്തുകൊണ്ട്?
ആർക്കായ്?
ചിഹ്നങ്ങൾ സാർത്ഥകമാക്കി
ഒരു ശിലമേൽ ശിലയായ്....
അർത്ഥശൂന്യത ...
ആകാശസീമ...
തമോഗർത്തങ്ങൾ...
വാക്കുകൾക്ക് മുൻപിൽ
ഞെളിഞ്ഞ് നില്പുണ്ടാകും ഇവൻ?
നമുക്കിടയിൽ
വിലങ്ങു തടിയായ്...
പലവട്ടം നീ മടങ്ങിക്കാണും...
മിഴികൾ പിൻവലിച്ചാൽ
വിഘ്നം എന്റെ ചിരകാല തപസ്സിന്...
എരിഞ്ഞു തീരും വരെ നില്ക്കാം...
ഉള്ളറിവുണർത്തുവാൻ.

മഞ്ഞുരുകുമ്പോൾ

മഞ്ഞുപോലുരുകുന്നു മാനസം
നിൻ വിരൽസ്പർശമതൊന്നിനാൽ
ചുട്ടു പൊള്ളുന്നു കാൽവെള്ള
പതയ്ക്കുന്നു മൂർദ്ധാവതാകിലും
കരിഞ്ഞു തീരാത്ത
വസന്തകാലത്തിന്റെ
അവശേഷിപ്പായിതാ
ഒരു പനിനീർച്ചെണ്ട്.
വാടിത്തളർന്ന പച്ചിലത്തുമ്പിലായി
മഞ്ഞളിച്ച് വിപത്തിൻ പാടുകൾ.
എന്നിരുന്നാലും
പ്രതീക്ഷതൻ മുകുളമായി തളിരിടുന്നു
ചിലയിടങ്ങളിലായി
കുഞ്ഞിളം നാമ്പുകൾ...
ചുട്ടുപൊള്ളിച്ച് പോകുന്നു
വെയിലതൊന്നാകിലും
പൊന്നുഷസ്സിൻ നിർമ്മല വേളയിൽ
ഹിമശയ്യയാൽ വീർപ്പുമുട്ടുമ്പോഴും
മുറിവുണക്കുമീ ഔഷധച്ചാറുകൾ.

ഉറക്കം

എല്ലാം
അറിയണമായിരുന്നു....
പഠിക്കണമായിരുന്നു....
വിലയിരുത്തണമായിരുന്നു....
സമയം കണ്ടെത്തി നടപ്പിലാക്കി.
ഒടുവിൽ
തിരിഞ്ഞ് നോക്കിയപ്പോൾ
ഒന്നും അറിയാതെ പോയ...
പഠിക്കാതെ പോയ...
വിലയിരുത്താൻ
കഴിവില്ലാത്ത
ഒരു മടിച്ചിക്കുട്ടി..
മൂക്കളെ ഒലിപ്പിച്ച്
പിതുങ്ങിക്കരയുന്നു..
ഉറങ്ങുകയായിരുന്നു അവളിത്രയും നേരം

സ്വപ്നയാത്ര

പാൽനിലാവിന്റെ
നീല മഞ്ചലിൽ
പാതിരാവിലീ പൊൻവസന്തമോ?
കാൽച്ചിലമ്പുകൾ
കൈത്തളകൾ
കാറ്റിലാടി
പാട്ടുമൂളി...
നിന്റെ കൈകൾ കോർത്തു ഞാനീ
സ്വച്ഛവാനിൽ സ്വപ്നയാത്ര...
പൂത്തുനിന്ന പൂക്കളത്രയുമിമ്പമൂറും
തേനുതിർത്തു...
കുഞ്ഞുകുഞ്ഞു രാക്കിളികൾ
കൊക്കുരുമ്മി ചേർന്നിരുന്ന്
ഓർത്തിരിക്കാനോമനിക്കാൻ മാത്രമായി പാട്ടുപാടി..
പൂത്ത ചില്ലകൾക്ക് മീതെ
പൂത്ത താരകങ്ങളിൽ നേർത്ത ചില്ലുകൂട്ടിൽ
നാമിരുവർ ചേർന്നു പോകാം
ഇമകൾ ചേർത്ത് മൃദുലമായി
അമൃതമൂറും ചുംബനങ്ങൾ
ഇതൾ വിരിയും മോഹങ്ങളിൽ
അലങ്കരിച്ചു കോർത്തിണക്കാം.
ഓർത്തതില്ലിപ്പൊൻചിറകുകൾക്കിത്രമേൽ

തോരാതെ പെയ്യുന്ന പെൺമഴകൾ
നവീന സുഭാഷ്

പറന്നുയർന്ന് അറ്റമില്ലാ വാനിലിത്ര
പങ്കുവെക്കാനാകുമെന്ന്...
സ്വപ്നമാനസ താരകങ്ങളേ
ഓർത്തിരിക്കാനെന്നുമീ
നറുനിലാവ് ഞാൻ കവരും...

ഇടവഴികളിലെ ഇരുളിടങ്ങൾ

എന്നിലൂടെ നടന്നപ്പോൾ
നൂറാവർത്തി
നീ അവളിലേക്ക് മടങ്ങിപ്പോയ്.
എന്നിലേക്കിറങ്ങിയപ്പോൾ
അവളിലേക്ക് കയറിപ്പോയി
ഞാൻ ഇടവഴികൾ പോലെ
ഇരുളിടങ്ങൾ...
വഴികൾ വടുക്കൾ വീഴ്ത്താത്ത
ഒറ്റയടിപ്പാതയായ് അവൾ...
പോകുക...
തിരിച്ചുവരുമ്പോൾ
ഇടവഴിയിരുളിൽ
കരിയിലച്ചതുപ്പിൽ
ചുവന്ന മഞ്ചാടിക്കുരു പെറുക്കി
ചെപ്പിലടച്ച്
വല്ലപ്പോഴും
ഓർമ്മകളിൽ വാരി വിതറാം...
നിലാവ് അപ്പോഴും
ഒരുകുമ്പിൾ കിനാവുമായി
ഒതുങ്ങി നില്പുണ്ടാകും.

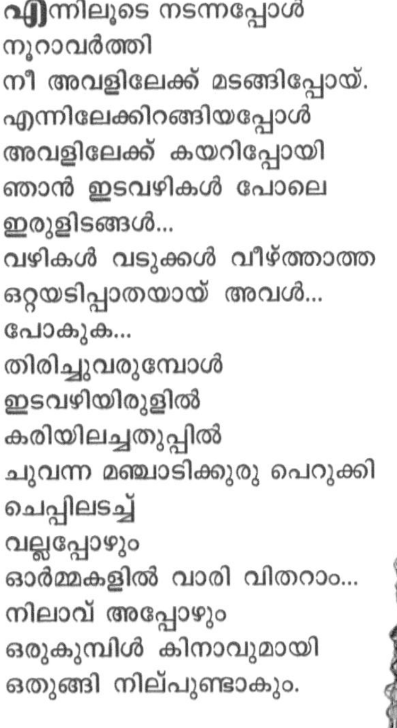

വഴിപ്പാടുകൾ

വിലക്കപ്പെട്ട കനികളിൽ
ഏതോ ഒന്നാണിത്.
അതിനാലാകാം
കാണുന്ന മാത്രയിൽ
മോഹിപ്പിക്കുന്ന വിശപ്പ്.
അരുതെന്നാരോ നൂറാവർത്തി
ഉള്ളിലിരുന്ന് വിളിച്ചു പറയുമ്പോഴും...
ഉലഞ്ഞുപോയിരിക്കുന്നു
തുഴയടർന്ന ചങ്ങാടം..
ഈ വനവശ്യതയിൽ
ആലിപ്പഴങ്ങൾ ഊർന്ന് വീണതെവിടെ
നിന്നായിരിക്കാം...
കാട്ടാറിന്റെ കാമനകളെ തലോടാൻ
കൂട്ടുവരാറുണ്ട്
വെയിൽപ്രാവുകൾ.
സഞ്ചാരവേളകൾ
മലഞ്ചരിവുകൾ
പോക്കുവെയിൽ.
കൂടണയാൻ മടിച്ച്
രണ്ട് ദേശാടനക്കിളികൾ...
സായംസന്ധ്യ ചുവന്ന് തുടുത്തിരിക്കുന്നു...
വാർന്ന് പോയിരിക്കുന്നു
ഇന്നലെകളിൽ മുളന്തണ്ടിൽ

ആരോ ഒളിച്ചുവച്ച തേൻതുള്ളികൾ...
ഈ വന്യതയിലേക്ക്
ഉറുമ്പുകൾ ഇടവഴികൾ പണിയും....
നാളെ വരാനിരിക്കുന്ന
മഴവെള്ളപ്പാച്ചിലിൽ തൂർന്നു പോകുമായിരിക്കും
ആ ഇടവഴികൾ....
വഴിയേ ഒരു കാറ്റ് വരും....
കരിയിലകൾ വകഞ്ഞുമാറ്റി
നേർത്ത വരകളായി
വഴിപ്പാടുകൾ....

കുശുമ്പിപ്പെണ്ണ്

ഒത്തു കൂടുമ്പോൾ കുത്തുവാക്ക്...
ചേർത്ത് നിർത്തുമ്പോൾ കുതറിമാറൽ
ഓർമ്മകളിൽ അവൾ കള്ളിമുൾച്ചെടി...
തിരക്കിട്ട് നടക്കുമ്പോൾ
തടഞ്ഞുവീഴാറുണ്ട് ഞാൻ...
താങ്ങാണെന്ന് കരുതുമ്പോളെല്ലാം
തുളഞ്ഞ് കയറിയിട്ടുണ്ട് ആ മുള്ളുകൾ...
എന്റെ കുടൽമാലയറുത്ത്
ചോരയൂർത്തിക്കളഞ്ഞിട്ടുണ്ട്...
ഓരോ അലക്കിലും
അവൾ എന്നെ നന്നായ് വെളുപ്പിക്കുന്നുണ്ട്....
സ്വയം മുഷിയുന്നതറിയാതെ...
നല്ലൊരലക്കുകാരി
കൂട്ടുകാരീ
നിന്നിലെ കുശുമ്പിയാണെന്നെ ചിന്തകയാക്കിയത്...
ചിലത് വായിച്ചാൽ മനസ്സിലാകില്ല.
മനസ്സിലാക്കിത്തരാൻ നിന്നെപ്പോലാർക്ക് കഴിയും
ഗണിതത്തിൽ മുഴുവൻ മാർക്കും നീ നേടുമ്പോൾ
പൊതുവിജ്ഞാനത്തിൽ ഞാൻ ഒന്നാമത്...
എനിക്ക് കിട്ടിയ സമ്മാനവും
നിന്റെ സ്വീകരണമുറിയിലെ അലമാരയിലിരിക്കട്ടെ.....

നിഴലുകൾക്കിടമില്ലാത്ത സമയങ്ങൾ

സാന്ത്വനമായിരുന്നുവോ
നിന്റെ മൊഴികൾ
ഈ തണുത്ത മഴയിലും
ചുട്ടുപൊള്ളുന്ന
എന്റെ ഉള്ളറകളിൽ
നിന്റെ ശബ്ദം
പെയ്ത് വീഴുന്ന മഴത്തുള്ളികൾ
ഒച്ച വെച്ച്
നിന്റെ ശബ്ദം
അവ്യക്തമാക്കി നില്ക്കുമ്പോഴും
കാതുകൂർപ്പിച്ച് ഞാൻ...
ചുറ്റും സ്ഫടികജലകണികകൾ...
നടുക്ക് നാമിരുവർ...
രണ്ടു സ്വരങ്ങൾ കോർത്തിണക്കിയ
ഒരേ മനമകങ്ങളിൽ...
ജലബിന്ദുവിൽ
മഴവില്ലഴകിൽ
നമുക്കായിരം മുഖങ്ങളായി
പെയ്തു വീഴാം
നിഴലുകൾക്കിടമില്ലാത്ത സമയങ്ങളിൽ

തോരാതെ പെയ്യുന്ന പെൺമഴകൾ

ഈ രാമായണമാസമഴയും
ഞാനും മത്സരത്തിലാണ്
തോരാതെ പെയ്തു വീഴുന്നു.
അവൾ ആർത്തട്ടഹസിച്ച്
ഞാൻ മൗനമായും
ശൂർപ്പണഖയയും സീതയും
ഒരേ ഹൃദയമിടിപ്പിനാൽ
വെന്തുരുകിയോ?
എന്നിട്ടും?
അക്ഷമയ്ക്ക് മോക്ഷവും
ക്ഷമയ്ക്ക് പലായനവുമോ?
ഒരിക്കലും മോക്ഷമില്ലാതെ
ഞാനിങ്ങനെ പെയ്ത് വീഴും....
കണ്ണീർമഴയിൽ
രാമരാജ്യം മുഴുവനായി
കടലെടുക്കും...
അപ്പോഴും അധർമ്മികൾ
പുറ്റും പവിഴവും തേടി ആഴങ്ങളിലലയും...
ജലപ്പരപ്പിന്മേൽ
ഞാനും അവളും തോരാതെ
പെയ്ത് വീണുകൊണ്ടെയിരിക്കും...
മോഹഭംഗങ്ങൾ തൻ നോവ്
അഴകിനുമപ്പുറത്ത് ഒരുപോലെയാണല്ലോ.

ഒരു പ്രണയം

ഈ രാത്രി നിന്നെ
ആദ്യമായി വായിക്കുന്നു ഞാൻ.
ഏകാന്തവാസമായിരുന്നു നമുക്ക്....
ഈ ഇടക്കാലങ്ങൾ
വറ്റിവരണ്ട് ജലാശയമായിരുന്ന നീ
നീർത്തടാകം പോലുമല്ലാതായിരിക്കുന്നു...
എനിക്കിന്ന് ഒരു മഴയായി പെയ്ത്
നിന്റെ നാട്ടിടവഴിയിലൂടെ താളത്തിലൊഴുകണം...
ഉന്മാദത്താൽ പിച്ചും പേയും പറയണം
ഉറപ്പുണ്ടെനിക്ക്
ഈ ജന്മവും അടുത്ത ജന്മവും മതിയാവില്ല,
കഴിഞ്ഞ ജന്മത്തിൽ ബാക്കി വെച്ച
നമ്മുടെ പ്രണയത്തെ
തൃപ്തമാക്കാൻ.

ഒറ്റച്ചുംബനം

ശുഭരാത്രി ചൊല്ലിപ്പിരിഞ്ഞു നീ
നിറമുള്ളയിപ്പകലിൻ മയിൽപ്പീലിത്തുണ്ടെൻ
ഹൃദയത്തിൽ കൊഴിച്ചിട്ട്...
കയ്പുനീർ ഓർമ്മകൾ
ഇന്നു നിൻ സ്പർശത്താൽ ഉറഞ്ഞ്
വീണ്ടുമൊരൊരുക്കത്തിൻ ഭീതിയാൽ
വഴിമാറിത്തരുമ്പോഴും
നിന്റെ ചുമർച്ചിത്രങ്ങളതൊന്നിൽ
നിന്നോട് തോൾ ചേർന്ന്
ഒരേ രേഖാചിത്രമായി നമ്മൾ....
തീൻ മേശയിൽ നമ്മുടെ ഭോജനങ്ങൾ
നമ്മെ നോക്കിച്ചിരിച്ചു...
പരസ്പര ഭോജ്യകാംക്ഷികൾ നമ്മൾ
എങ്കിലും ഭുജിക്കാനാകാതെ
കണ്ണിൽ കണ്ണിൽ നോക്കി ....
ഒരു സൂര്യശോഭയായി നീ
എന്റെ ദൃഷ്ടിയിളക്കിച്ച്....
എന്നിട്ടും ആ കനൽക്കട്ടയിൽ
ഒന്നു ചുണ്ടമർത്താതിരിക്കാനായതില്ലിവൾക്ക് ....
നീ എനിക്ക് പിയൂഷമാണ്...
പോയ കാലത്തിൻ നീറ്റുന്ന നക്ഷത്രങ്ങൾ

നിന്റെ ഒറ്റച്ചുംബനത്താൽ ഉണങ്ങിപ്പോയിരിക്കുന്നു....
ഇനി നിനക്കെന്നെ ഏത് കാട്ടിലും ഉപേക്ഷിക്കാം...
ഒരു സീതയായി
ഞാൻ നിനക്ക് മാത്രമായ്
അതേ അശോക വൃക്ഷത്തണലിലുരുകാം.

പുനർജ്ജനി

ഓരോ പകലും
മരിച്ച് വീഴുന്ന
വൈകിയ നേരങ്ങളിൽ..
ശവപ്പെട്ടിയിൽ കിടന്ന്
നീ എന്നോട് ചുംബനങ്ങൾക്കായി യാചിച്ചു...
എന്റെ അധരങ്ങൾ
നിനക്ക് പുതുജീവൻ
പകർന്നു തരുമെന്ന വിശ്വസത്താൽ
നീ ഇന്ന് അന്ധനായ്
തീർന്നിരിക്കുന്നു...
പരിമിതികളാൽ ഇരുകരങ്ങളും
വിലങ്ങണിയിക്കപ്പെട്ട നിസ്സഹായതയാണ് ഞാൻ...
അതിർവരമ്പുകളില്ലാത്ത
ഒരു പ്രപഞ്ചത്തിൽ ഏകാധിപതിയായ് നീ
സ്വാതന്ത്ര്യത്തിൻ പരകോടിയിൽ....
എന്നിട്ടും നിന്റെ കിടത്തം
ശവപ്പെട്ടിയിൽ .....
എല്ലാമുണ്ടായിട്ടും അനാഥനായി....
നീ അക്ഷരക്കളരിയിൽ
പതിനെട്ടും പയറ്റി ആദ്യമായി
തോറ്റിരിക്കുന്നു....
എന്നോടൊത്തുള്ള അന്താക്ഷരിയിൽ.
ഇനി നിനക്ക് മോചിതനാകാം...

ബന്ധനങ്ങളെ വെല്ലുവിളിയാക്കി
ഞാനെന്റെ ചുംബനങ്ങളാൽ
നിന്നെ ഉയർത്തെഴുന്നേല്പിക്കാം...
പകരം തരാൻ അപ്പോൾ ഒന്നുമില്ലാതെ
നിന്റെ മിഴികൾ
ഈറനണിയാതിരിക്കട്ടെ.

നിനക്കൊപ്പം

എത്ര തവണ വിളിച്ചിട്ടുമുണരാതെ
ഏതു ധ്യാനത്തിൽ
നീ നിലാവ് തേടുന്നു.....
ഒരുപകൽ പോലുമെത്തിടാൻ
കൊതിക്കാത്ത
ഏത് കാനനമതിലായി
നീ നിലയുറപ്പിച്ച്
തീക്കനവുകൾ താണ്ടിക്കടക്കുവാൻ നോക്കുന്നു...
ഏത് വടവൃക്ഷ നികുഞ്ജങ്ങൾ
നിനക്കായി മാത്രമീ ഹരിതാഭ വാനിൽ
വിരിച്ചിട്ടു നില്പത്...
അന്തമാം നിൻ പ്രപഞ്ചത്തിലിത്തിരി
ഇടമെനിക്കായി
നീ കടം തന്നീടുമെങ്കിൽ
ഒരു കുഞ്ഞുകൂടതിൽ കൂട്ടി
ഞാൻ നിൻ വിശപ്പാറ്റുവാനായി
ശിഷ്ടകാലത്തിൽ എൻ ഉയിർ പകർന്നീടാം....
ഒരു നിത്യ ധ്യാനത്തിനൊടുവിലായി
നീ ശോഷിച്ചലിഞ്ഞില്ലാതായിടുമന്നേരമതിൽ
നിൻ ചിതയിൽ ഒരു സതിയായിത്തീർന്ന്
നിന്നെ വിഴുങ്ങുവാനാർത്തി കാട്ടി
ആളുമാ അഗ്നിയിൽ നിനക്ക് കൂട്ടായിടാം...

ഒടുവിലാ പുകച്ചുരുളിൽ
ഒരുമിച്ചുലയിച്ചാകാശഗംഗയിൽ
പുതിയ പ്രപഞ്ചത്തിൽ
വെൺപ്രാക്കളെ പറത്തിടാം...

ആകാശ സീമ

ഇപ്പോൾ വാക്കുകൾ മുറിച്ചും തറച്ചും
നീ എന്റെ ഹൃദയത്തിൽ
അണഞ്ഞുതുടങ്ങിയ തീനാളത്തിന്
ഉയിര് പകരുന്നു...
നിന്റെ നനുത്ത ചുണ്ടുകളിൽ സ്പർശിച്ച്
ഒരു കാറ്റ് ...
ആളിപ്പടരുവാൻ തോന്നുന്നു.
നിന്റെ ഉടലിൽ ചേർന്ന് ലയിക്കാൻ....
ചാരനിറത്തിൽ വേർതിരിക്കാനാവാത്ത
ഒറ്റ നിറമായി
പുകച്ചുരുളുകൾക്കിടയിലൂടെ
നീലാകാശ സീമയിൽ നമുക്ക് ചേർന്നൊഴുകാം...
രാത്രിയുടെ അന്ധകാരത്തിന്
ചില മഹാരഹസ്യങ്ങൾ ഒളിപ്പിക്കാൻ
വാതായനങ്ങളില്ലാത്ത ഒറ്റമുറി മാത്രം.
ആ ഒറ്റ മുറിയിൽ
നമുക്ക് സുദീർഘം
സഞ്ചാരികളാകാം...

നിറഭേദങ്ങൾ

ഈ ദിനത്തിന് രണ്ട് നിറമായിരുന്നു
ഒരു നേരം എന്റെ ചോരകുടിച്ച്
ഒരു യക്ഷി എന്നേയ്ക്കുമായി
ഹൃദയത്തിൽ നിന്നും പടിയിറങ്ങിപ്പോയ്...
ഒരു പുലകുളിക്ക് സാക്ഷിയായ്
ഞാനും എന്റെ നിഴലും
മിഴികൾ സാഗരം തീർത്ത്
കാഴ്ച മങ്ങിപ്പിച്ചതിനാൽ
സമയം കുറിച്ചിടാനായില്ല...
ഈ ദിനം
ഈ ഒരു നേരം മാത്രം
കാലത്തിൻ ശിലാലിഖിതങ്ങളിൽ
കുറിച്ചുവെച്ചിന്നാദ്യമായ്
നീ ഏത് ഗർത്തത്തിൽ നിന്ന് ഉയർന്നു വന്നു?
നിന്റെ വരവിനാൽ ഇന്നെൻ കനവുകൾ പുനർജ്ജനിക്കയായ്...
ചിറക് മുളയ്ക്കാതിരിക്കാൻ
ഇന്നൊരു സുവിശേഷപ്രാർത്ഥനയുണ്ട്....
എന്റെ ഹൃദയത്തിൽ നീയങ്ങനെ പതുങ്ങിയിരിക്കും.
ഇരുനിറങ്ങളും ഇന്നെൻ ഹൃദയം നെടുകെകീറി...
തേച്ചിട്ട ചായങ്ങൾക്ക് നിറം ചോപ്പും പച്ചയും.
ഇന്നിനി അങ്ങോട്ട് പച്ചകൾ പച്ചകൾ.

വണ്ണാത്തിക്കിളികൾ

കലഹികൾ
വണ്ണാത്തിക്കിളികളെപ്പോലെ...
നിലയ്ക്കാത്ത അക്ഷരക്കുരുതിയിൽ
ഇരുപുറങ്ങളും ചത്തു വീഴുന്നു...
കൂടെ അജ്ഞതയിൽ
മുള പൊട്ടിയ വികലചിന്തകൾ...
അപശബ്ദങ്ങളാൽ മലിനമാക്കപ്പെട്ട
കാതു പൊത്തി ആരൊക്കെയോ കരഞ്ഞു...
ആ നിലവിളി പുറത്തു കേൾക്കാൻ ഇട കൊടുക്കാതെ
വണ്ണാത്തിക്കിളികൾ
ഒച്ച വെച്ചു കൊണ്ടേയിരുന്നു....

ഒരു പുരാതന ശില്പം

വല്ലാതെ നനഞ്ഞ വസ്ത്രങ്ങൾക്ക്
കടുത്ത വാശിയാണ്...
ഉടലിനോട് പറ്റിച്ചേർന്ന് കിടക്കാൻ....
വടിവുകളെ എണ്ണച്ചായാചിത്രം പോലെ
പൊലിപ്പിച്ച് കാട്ടാൻ...
നാണത്താൽ നാണത്തെ മറയ്ക്കാൻ
പാടുപെടുമ്പോൾ നാണിപ്പിച്ച് നമ്രശിരസ്കയാക്കി
നിർത്തിക്കാനാണ് നനവിനിഷ്ടം.
പെയ്തുവീഴുന്ന ഓരോ മഴയിലും
നനഞ്ഞ് കുളിച്ച്
ഞാൻ നനവൊട്ടിയായ്
ഒരു പുരാതന ശില്പമായിരിക്കുന്നു.

ധ്രുവങ്ങളുടെ ആത്മഹത്യാമുനമ്പ്

നിന്റെ പകൽ എന്റെ രാത്രി
എന്റെ പകൽ നിന്റെ രാത്രി
രണ്ടു കോണുകൾ രണ്ടു നിറങ്ങളിൽ ദിനങ്ങളായ്....
നീ എനിക്ക് പരാജയമാകുമ്പോൾ
ഞാൻ നിനക്ക് വിജയമാണ്
മറ്റൊന്നും പകരംവയ്ക്കാനില്ലാത്ത വിജയം
വിഷാദം മിഴികളിൽ നിറച്ച നമ്മുടെ മുഖങ്ങൾ
പകൽക്കിനാവുകൾക്ക് പോലും
എന്നേ അവധി നല്കിയിരുന്നു
വാക്കുകൾ തീർത്ത പരുക്കിനാൽ
നാണയത്തുട്ടിൻ ഇരുപുറങ്ങളായി നാം പരിണമിച്ചിരിക്കുന്നു...
ഒന്നായിട്ടും അകലങ്ങളിലെന്നപോൽ!
ധ്രുവങ്ങൾ ആകർഷണ വികർഷണങ്ങൾ
പാഠപുസ്തകങ്ങൾ ഓർത്താൽ നന്ന്, വല്ലപ്പോഴും..
പള്ളിക്കൂടം..
വിടപറയൽ..
വാക്കുകൾ...
ഓർമ്മകൾ..
ഞാനു നീയും ധ്രുവങ്ങളുടെ അറ്റത്ത്...
ആത്മഹത്യാ മുനമ്പുകളിൽ
എന്നേ മരിച്ചു കഴിഞ്ഞിട്ടും പ്രാണൻ പിടയുകയാണ്
നാഡിയുടെ അവസാന മിടിപ്പിലും ഞരക്കത്തിലും
ഹൃദയങ്ങൾ ഉരുവിട്ടത്

പ്രാണൻ പ്രാണനിൽ ചേർത്ത
ഒരുയിർത്തു വരവിൻ പ്രാർത്ഥന.
അതിന് മാത്രം ഒരേ താളം കൈമുതലാക്കി
ധ്രുവങ്ങൾ ഇരുളിലും പകലിലും മൂടി
മുഖങ്ങൾ തെല്ലു പോലും പുറത്തുകണ്ടതേയില്ല
ചില മറകളിലാണല്ലോ മുഖങ്ങളുടെ പതിയിരുപ്പ്
അവിടെ നിന്റെ പ്രഭാതവും
നിന്റെ രാത്രിയും
നിനക്ക് ഉന്മേഷത്തിൻ ഉന്മാദം സമ്മാനിക്കട്ടെ
ആശംസയർപ്പിക്കാൻ കോണുകളും ദിശകളും തടസ്സമല്ലല്ലോ.

ഉച്ചവെയിൽ നിലാപ്പൂ

ഇന്ന്
ഉച്ചവെയിൽ നിലാവായ് പെയ്തുവീണ പകൽ
നിന്റെ മുഖം
ചെങ്കനൽ സൂര്യശോഭയാർന്ന്
എന്റെ ഹൃദയത്തിൽ
ഇരുൾവീണ ഇടനാഴിയിൽ
പുതുകിരണമായി പെയ്തു വീഴുകയായിരുന്നു...
പോക്കുവെയിൽ ഉമ്മ വെച്ച പകലുകൾ
രാത്രിയുടെ മാറിൽ
അഭയാർത്ഥിയായി തീരേണ്ടി വന്നെങ്കിലും
ഒരു വ്യാഴവട്ടക്കാലത്തിന്നിപ്പുറത്ത്
പുതിയ രൂപഭാവങ്ങളിൽ
മിഴികൾ ചേർത്തുവെക്കുന്ന നേരങ്ങൾ
അസുലഭ മുഹൂർത്തങ്ങൾ
സ്മൃതികൾ സുഗന്ധം തളം കെട്ടിയ ഒറ്റമുറിയിൽ
ചിത്രശലഭങ്ങളായി വർണ്ണച്ചിറകു വിരിച്ച്
നമുക്ക് ചുറ്റും വട്ടമിട്ട് പറന്നുവോ?
ദർശനം പുണ്യതീർത്ഥമായ്
സ്പർശനം ചിന്തയെപ്പോലും
അശുദ്ധപ്പെടുത്താതെ
സ്ഫടികജാലകപ്പഴുതിലൂടെ
ഇരുഹൃദയങ്ങൾ
കുളക്കടവിൽ കിനാവ് നെയ്തുവോ?

സമയ പരിമിതിയിൽ
നിന്നെ വേർപിരിയുമ്പോൾ
ഹൃദയത്തിലൊപ്പിയെടുത്ത ചിത്രം
കണ്ണീർ പൊഴിച്ചുവോ..
അറിയില്ല ...
ഒരു തണുത്ത ജലകണം
എന്റെ മിഴികളിൽ ഇറ്റുവീണ്
കവിളിൽ ചാലിട്ട് ഒഴുകി മാഞ്ഞു...
പടികളിറങ്ങുമ്പോൾ നീ സൂര്യാംശുവായ്
ഹൃദയബിന്ദുവിൽ താപമായി...
എന്റെ ചോരയിലെഴുതിയ താളുകളിൽ
കൈയൊപ്പു ചാർത്തിയ സന്ദേശവുമായ്
ഒരു ഹംസദൂതിക
നിന്റെ ശയനകവാടത്തിൽ മുട്ടിവിളിച്ചു കാണും...
നീ ഇന്ന് രാത്രിയിൽ നീറുന്ന നോവായ് ......
നിലാവായ്...
സ്മൃതിയിൽ അഴകായ് പൂർണ്ണചന്ദ്രനായ്
രൂപവും ഭാവവും മാറ്റി ഞാനെന്ന ദുർബ്ബലതയെ
വീർപ്പുമുട്ടിക്കുന്നുവോ?
മനമകങ്ങളിൽ നിന്റെ നിഴലുകൾ മാത്രം...
നിന്റെ നിഴലുകൾ മാത്രം...

അച്ചുതണ്ട്

ഒരിക്കലും ഉറവ വറ്റാത്ത
ഒരു നീർത്തടാകമാണെൻ മിഴികൾ
കപ്പിത്താനില്ലാത്ത കപ്പലുകൾ
നങ്കൂരമിടാൻ തീരങ്ങൾ തേടി
ഇരുണ്ടഭൂഖണ്ഡങ്ങൾ
ഒരച്ചുതണ്ടിൽ കറങ്ങിത്തിരിയുന്നു.
ആകാശനീലിമയിൽ
കറുത്ത മേഘപാളികളാൽ
തിമിരവലകൾ...
ഉൾക്കാഴ്ചയിൽ
കോടാനുകോടി സൂര്യചന്ദ്രന്മാർ
വീണ്ടും
ഗ്രഹങ്ങൾ
ഉപഗ്രഹങ്ങൾ
എല്ലാം മായക്കാഴ്ചകൾ
എന്നറിയുന്നു.
ഉള്ളിലണയാത്തൊരഗ്നി ഗോളവും പേറി ഞാൻ
ശൂന്യമാം ലോകത്തിൽ
ഭാരമില്ലാ ബിന്ദുവായ്
ഒഴുകി നടക്കാമൊരിക്കലെന്ന പ്രതീക്ഷയിൽ.
ജലമാണ് ചുറ്റും
ഉറവ വറ്റാ ജലാശയം.

മറവിയിലൊരു കോൺ

വിഴുപ്പലക്കിയലക്കി തനു തളർന്നു.
മനസ്സ് സോപ്പുകുമിളകൾ പോലെ
വീർത്തു പൊട്ടി
വെയിൽ കാഞ്ഞുണക്കി.
അലക്കാൻ മറന്നൊരുടുപ്പിൽ
നിന്റെ ഗന്ധം
എത്ര സുഗന്ധം പൂശിയിട്ടും
നിന്റെ ഗന്ധം
നിന്റെ ഗന്ധം.

നനഞ്ഞ സായാഹനം

പെയ്തുവീണ മഴത്തുള്ളികൾ
ഇന്നെന്നെ കളിയാക്കിച്ചിരിച്ചു.
വന്നുമൂടിയ ഇരുട്ടിലിരുന്ന്
ഞാൻ നാണം മറച്ചു.
ഇന്ന് മഴ നനയുമ്പോൾ
മനം നിറയെ നീയായിരുന്നു.
നനഞ്ഞു കുതിർന്ന് ഉടുപ്പ് മാറ്റുമ്പോൾ
നിന്റെ കാത്തിരിപ്പിൽ അലിഞ്ഞ
വിയർപ്പിൻ ഗന്ധം
കാത്തിരിപ്പിനൊടുവിൽ
കുതിർന്നു പോയത്
നിന്റെ കണ്ണുകളിൽ
വായിച്ച് തീർക്കാൻ
ഞാൻ കാത്തിരുന്ന
പുതിയ പുസ്തകമായിരുന്നു.

ചെസ് ബോർഡ്

നിന്റെ ഹൃദയത്തിന്റെ ഉള്ളറകൾ
അറുപത്തിനാല് കളങ്ങളും
മുപ്പത്തിരണ്ട് കരുക്കളുമുള്ള
ഒരു ചെസ് ബോർഡാണ്.
ഒരുപാട് വിരലുകൾ കരുക്കൾ നീക്കി
ആ ഹൃദയക്കളത്തിൽ മത്സരിച്ചില്ലേ?
ആ വിരിമാറിൽ ഇക്കിളിപ്പെടുത്തിയ
ഏത് വിരലുകളായിരിക്കും?
അടക്കിപ്പിടിച്ചിട്ടും പിടിവിട്ട് പോയ
എന്റെ ചുടുനിശ്വാസങ്ങളിൽ
നിന്റെ താപമറിയാൻ കഴിയുന്നു.
ജയത്തിനും പരാജയത്തിനുമൊടുവിൽ
എതിരാളികൾ പോരാടി തളർന്ന് വീഴുമ്പോഴും
വിജയശ്രീലാളിതനായ് നീ
ഒരിക്കലും തോല്വിയില്ലാത്ത
ഒരു സ്വേച്ഛാധിപതിയുടെ ശിരസ്സുമായി.
കളത്തിൽ കയറാൻ നിർഭയയെങ്കിലും
ഭയമാകയാൽ ഞാൻ പുറത്തിരുന്ന്
കളികാണാനുള്ള വെമ്പലിലാണ്...
വിജയിക്കാൻ കഴിഞ്ഞില്ലെങ്കിലും
പരാജിതയാകാൻ ഒരുക്കമല്ലാത്തതിനാൽ.

ആത്മം

ചോലവീണ കാട്ടിടവഴികൾ
നിശ്ശബ്ദമായിരുന്നു നാം ഏകരായ് നടന്നപ്പോൾ
നിന്നെ അനുഗമിക്കാനായിരുന്നു പ്രിയം
അപ്രാപ്യമായ വ്യാമോഹചിന്തകൾ
ചില നേരങ്ങളിൽ പച്ചിലപ്പഴുതിലൂടെ
മേഘപാളികൾക്കൊപ്പം ഒഴുകി നടന്നു.
മരംകൊത്തികൾ പൊത്തുകൾക്കായി
അശ്രാന്തപ്രയത്നത്തിൽ
ഒരൊഴിഞ്ഞ ഇടത്താവളം ഒരുക്കിത്തരാൻ
ഒരുപക്ഷേ അവയ്ക്കുമായേക്കും.
എന്നിരുന്നാലും....
നിനയ്ക്കാതെ ഇറ്റുവീഴുന്ന മഴത്തുള്ളിയിൽ
ഒരു കാലവർഷത്തിന്റെ അടക്കിപ്പിടിച്ച
കണ്ണുനീരുറവ തീരാക്കഥകളുമായി
അലക്ഷ്യമായ് ഊടുവഴികളിലൂടൊഴുകി.
എത്തിനില്ക്കാനൊരിടം ഉണ്ടായിരുന്നുവോ ആവോ?
കാനനം പച്ചിലക്കുറിപ്പാൽ
പകലിന് ഇരുൾമഴ വീഴ്ത്തി
മണ്ണിൻ നനവിൽ
നിഴൽ സ്പർശം പോലുമനുവദിക്കാതെ കാവലിരുന്നു.
ഒപ്പമില്ലെങ്കിലും ഒരരയാൽ മരം പോലെ
ഹൃദയബിന്ദുവിൽ പടർന്നു പന്തലിച്ച് നില്ക്കുമ്പോൾ
അനുവാദമാരായാതെ

ആ മരച്ചോട്ടിൽ ഞാൻ ചേർന്നിരുന്ന്
പ്രതീക്ഷയിൽ സ്വപ്നങ്ങൾ നെയ്തുകൊണ്ട്
നേരത്തെയും കാലത്തെയും പരാജിതരാക്കും.
വാക്കുകൾക്കപ്പുറത്ത്
അതിലുമുപരി
മൗനത്തിനുമപ്പുറത്ത് ജീവനിൽ ചേർന്നു കിടക്കുന്ന
അജ്ഞാതമായ സത്യമാണല്ലോ
നമ്മിൽ വന്നു ചേർന്നു നിന്ന ആത്മബന്ധം.

ഉള്ളിൽ മഞ്ഞുറഞ്ഞപ്പോൾ

ഉള്ളിൽ കിടന്ന് നീ
തണുത്തു.
പുറത്തിറങ്ങിയപ്പോൾ
അസഹ്യമായ് ഉഷ്ണം
പുറത്ത് കിടന്ന് പതയ്ക്കണ്ട
അകത്ത് കയറുക
എന്റെ വാക്കുകൾ
അപൂർണ്ണമാക്കി മറുമൊഴി
എന്നുമിങ്ങനെ അകത്തിരിക്കാനാവുമോ?
ഒരിക്കൽ പുറത്തേക്ക് തന്നെ വരണം
ഒരിക്കലുമില്ല....
എന്റെ ഉള്ളിൽ തണുപ്പുള്ളിടം കാലം
നീ പുറത്ത് ചാടില്ല
ഒരുഷ്ണത്തിനും
നിന്നെ പൊള്ളിക്കാനാവില്ല
നിനക്കായ് മാത്രം ഇന്ന് ഞാൻ
ഒരു മഞ്ഞുറഞ്ഞ താഴ്‌വാരമാകുന്നു.

വേരുകൾ

നിലച്ചു പോയ നാദം
നിലയ്ക്കാത്ത പ്രകമ്പനം
അടർത്തിയാലും
അടർന്നുമാറാത്ത
വേരുറച്ച വസ്തുതകൾ
പിഴുതുമാറ്റാൻ ഉതകുന്ന
ഒരു കോടാലി കിട്ടിയിരുന്നെങ്കിൽ
അറുത്തുകളയാമായിരുന്നു
അടിവേരുകൾ പോലും.
നിശ്ചലതയിൽ വേരുന്നി
നിലയുറപ്പിച്ച നിഗൂഢതയുടെ
നരച്ച ഭാവപ്പകർച്ചകൾ
നാദതരംഗങ്ങൾ കാതിലിരച്ചുവീണുകൊണ്ട്
അലോസരപ്പെടുത്തി.
കടന്നൽക്കൂടിളകിയത്
ഏത് ശിഖരത്തലപ്പിൻ
നനഞ്ഞ കൊമ്പിൽ നിന്നെന്നറിയില്ല.

കപ്പലോട്ടക്കാരൻ

ജലപ്പരപ്പിന് മുകളിലൂടെ
നിന്റെ യാത്ര
ആഴക്കടലിൽ കാറ്റിൻ ദിശക്കൊപ്പം
തിരകളിളക്കി താളത്തിലങ്ങനെ
സ്ഫടിക ജലപ്പരപ്പിൽ
നീലാകാശം
മുഖം മിനുക്കി സ്വപ്നംകാണാറുള്ള
പകൽ നേരങ്ങൾ
നിലാവിൽ കുളിച്ച് രജനി
പട്ടുസാരിയിൽ തുന്നിച്ചേർത്ത
നക്ഷത്രക്കല്ലിൻ തിളക്കം
കൺകുളിർക്കെ നോക്കി നിന്നതും
തിരയിളക്കമില്ലാത്ത നേരങ്ങളിൽ
അതേ കണ്ണാടിപ്പൊയ്കയിൽ
യാത്രയിൽ തൃപ്തനായ യോദ്ധാവേ
തുടർയാത്രകൾക്കായ്
എന്നും നീ ഒരുക്കത്തിലായിരുന്നല്ലോ
മുങ്ങാംകുഴിയിട്ട് ഒരു മത്സ്യകന്യക
കടലാഴങ്ങളിൽ വിസ്മയക്കാഴ്ചകൾ കണ്ടു
പവിഴപ്പുറ്റുകളിൽ മുഖം ചേർത്തു പറ്റിക്കിടന്നു
ചിപ്പിയും കക്കയും
കടൽക്കുതിരയും നക്ഷത്രമത്സ്യങ്ങളും
പരൽമീനുകളും വമ്പൻ സ്രാവുകളും

ഘോഷയാത്രകൾ നടത്തുന്ന
അത്ഭുതലോകത്തിൽ വഴുതി നടന്നു.
മുകളിൽ നീ ദിശകൾ ലാക്കാക്കി
അരികിൽ തഴുകി മറയുന്ന കാറ്റ്
നോവിച്ചതറിയാതെ
കീഴെ നിനക്കൊപ്പം ഊളിയിട്ടൂളിയിട്ട്
തീരത്തടുത്ത
നിന്റെ കപ്പലിനടിയിൽപ്പെട്ട്
ചത്ത് വീഴുകയായിരുന്നു
പരസ്പരമറിയാതെ പോയ
സഹയാത്രികർ നമ്മൾ
എന്നും കാലം അങ്ങനെയാണ്
തോൾക്ക് തോൾ ചേർന്നു നടന്നാലും
അറിയാതെ പോകും
കാണാതെ അവസാനിച്ചു പോകും
കപ്പലോട്ടക്കാരാ..
നീ യാത്ര തുടരുക തന്നെ ചെയ്യും
തീരങ്ങളിൽ കരയ്ക്കടിയുന്ന ശവങ്ങൾ
അനാഥമായ് മലർന്ന് കിടക്കും
മിഴികളടയാതെ
ഒരു പക്ഷേ കടലല്ല പോലെ
മേഘപാളികൾക്കിടയിലൂടെ
നിന്റെ പ്രതിബിംബങ്ങൾ
സവാരിയിലാണെങ്കിലോ.

ശവാസനം

ഇരുളിൻ ചുഴിയിൽപ്പെട്ട്ഞാനനുഴലുന്നു.
അഴലുകൾ പിരിയാതെ
കയ്പുനീർ ചുണ്ടിൽ പകരുന്നു.
ദാഹനീർ നോവതിൽ ചാലിച്ചു തന്നിടും
കാണാക്കരെങ്ങളിൽ കാലന്റെ പുഞ്ചിരി
ഏറ്റുവാങ്ങുന്നു ചാട്ടവാർ പ്രഹരങ്ങൾ
പ്രാണൻ വെടിയാൻ മടിക്കുന്ന പൂവുടൽ
ചോര ചിതറുന്നു നാലുപാടും
നീളെ നീളെ പരക്കുന്നു നിണമണം
ശ്വാസമടക്കി ഞരങ്ങുന്നിതാത്മാവ് കേഴുന്നു
ആർത്തി തീരാത്ത ജീവന്റെ തുടിപ്പിനായ്
മോഹഭംഗങ്ങൾ ആധികൾ വ്യാധികൾ
എല്ലാമടങ്ങുന്ന ചിന്തയുടെ
ഇടവഴിയിൽ ഇരുളിൻ നിഴൽപറ്റി
നാമമാത്രമാം രൂപമാകുന്നു ഞാൻ
ഇരുളുമൂടുന്നു
കറുത്ത കരിമ്പടപ്പുതപ്പിനുള്ളിലായ്
നിത്യവിശ്രമം കൊള്ളുന്നു
ആത്മാവ് ക്ഷീണിച്ച് വിറങ്ങലിച്ചീയുടൽ.

വ്യർത്ഥാർത്ഥങ്ങൾ

വാക്കുകൾക്ക്
കരുത്തുണ്ടായിരുന്നു.
എന്നിട്ടും.
കാതുകൾ മരവിച്ചവയായിരുന്നു.
വ്യർത്ഥം.
നോട്ടത്തിന്
മൂർച്ചയുണ്ടായിരുന്നു
എന്നിട്ടും.
ദൃഷ്ടി പതിഞ്ഞിടം
ചതുപ്പായിരുന്നു
വ്യർത്ഥം.
ചടുലചലനങ്ങളിൽ
ദ്രുതതാളമുണ്ടായിരുന്നു.
എന്നിട്ടും
ചുവടുകൾ പിഴച്ചു
വ്യർത്ഥം.
ഒടുവിൽ
ഒരു തിരിച്ചറിവ്
അർത്ഥമില്ലതൊന്നിനും
വ്യർത്ഥമാണിപ്പലതും.

തങ്കമോതിരവിരൽ

പ്രണയത്തിന്റെ തേൻ, വയമ്പും കൂട്ടി
നിന്റെ വൈശ്രവണ മുദ്രപതിച്ച
തങ്കമോതിരത്താൽ
എന്റെ രസമുകുളങ്ങളിൽ ഗദം ചെയ്തില്ലേ.....
കരിങ്കുവളമിഴികളെ വാഴ്ത്തി
നീയെന്റെ മിഴികൾ കടം ചോദിച്ചില്ലേ
ഏകാന്തതയിൽ എന്റെ ശ്യാമരൂപത്തിൽ
നിൻ ചുടുനിശ്വാസങ്ങളാൽ അശുദ്ധപ്പെടുത്തിയില്ലേ
രജനിയുടെ ഏഴാംയാമങ്ങളിൽ
നിദ്രാഭംഗം വന്ന്
ഞാൻ ഉഴറിയത്.....
പെയ്തു വീണ മഴത്തുള്ളിയിൽ
നിന്റെ നക്ഷത്രക്കണ്ണുകൾ ഉറ്റു നോക്കി
ഞാൻ രാവിനെ പുലർത്തിയത്.....
ജാലക വിടവിലൂടെ അരുണൻ
ചുടുകരസ്പർശത്താൽ തൊട്ടുവിളിച്ചപ്പോൾ
നീ ഏത് വാതായനങ്ങൾക്കപ്പുറത്ത് ഓടി മറഞ്ഞത്
നാലുകെട്ടിന്റെ ഇടനാഴിയിൽ
കുളക്കരയിലെ കല്പടവുകളിൽ
നിന്റെ ഗന്ധം
ഓർമ്മപ്പൂക്കളിൽ പകൽ കുളിച്ചുനിന്നു
സ്വരങ്ങൾ നിന്റെ കാല്പാടുകളിൽ ചുംബിച്ച്
അടക്കം പറഞ്ഞു

അക്ഷരക്കൂട്ടങ്ങൾക്ക് വഴി നടക്കാൻ
നിന്റെ വിരൽ സ്പർശംകൂടിയേ തീരൂ എന്നായിരിക്കുന്നു
കാത്തിരിപ്പിൽ രുചികൾ ഹനിക്കപ്പെട്ടു എന്നു വരാം
ഓർമ്മകളിൽ ഒളിമങ്ങാത്ത
അതേ തങ്കമോതിരം
ഹരിശ്രീ കുറിച്ചുകൊണ്ടേയിരിക്കും.

ഇനി നമുക്ക് ചിതയൊരുക്കാം

ഇന്നലെ ഒരു കൊല നടന്നു
അരുംകൊല
ഞാൻ മരിച്ചിരിക്കുന്നു
കൊലയാളിയായ നീയും
രണ്ടു ഹൃദയങ്ങളും പരസ്പരം
കുത്തി മുറിവേല്പിച്ച്
മരിച്ചുവീഴുകയായിരുന്നു
അവസാന ശ്വാസത്തിലും ദയനീയമായി
പാതിയടഞ്ഞ മിഴികളാൽ
നഷ്ടപ്രണയത്തിന്റെ നോവറിയിച്ചില്ലേ.
ഞെട്ടറ്റു കൊഴിഞ്ഞുപോയ ചുംബനങ്ങളെ
ഓർമ്മപ്പൂക്കളാക്കി കാത്തുവെച്ചില്ലേ....
വിഭ്രാന്തിയുടെ പടവുകളിൽ കടപുഴകി വീണത്
സ്വപ്നങ്ങളുടെ മന്ദാരമരം
ഒരുപാട് വസന്തവും ശിശിരവും
ഏറ്റുവാങ്ങി തളർന്ന ശിഖരങ്ങൾ
നിലംപൊത്തിയ ഹരിതാഭയിൽ
കനൽക്കിനാവുകൾ ചിതറിത്തെറിച്ചു.
ഇനി നമുക്ക് ചിതയൊരുക്കാം
സ്വയമെരിയുന്ന വിറക് കൊള്ളികളാകാം
നമ്മുടെ ശവമടക്കിൽ

പരസ്പരം പങ്കാളിയായി
നമുക്ക് കടം വീട്ടാം
പുകച്ചുരുളുകൾ ധൂമം പറത്താതെ
ആകാശഗംഗയിൽ പരക്കട്ടെ.

രേഖാചിത്രങ്ങൾ

നമ്മൾ
അകലത്ത് നിന്നപ്പോൾ
നീ പറഞ്ഞത് ഞാനും
ഞാൻ പറഞ്ഞത് നീയും കേട്ടു
നമ്മൾ അരികത്ത് നിന്നപ്പോൾ
അകലങ്ങളിൽ എവിടയോ നോക്കി
പരസ്പരം പറഞ്ഞതൊന്നും കേൾക്കാതെ
നമ്മുടെ പാദങ്ങൾ പതിഞ്ഞ
മൺതരികൾ ഇപ്പോൾ
വിങ്ങി വിങ്ങി ഗർത്തങ്ങളായിക്കാണും
നീയും ഞാനുമിപ്പോൾ
രേഖാചിത്രങ്ങൾ മാത്രം.
ആർക്കും പകർത്തിയെടുക്കാൻ പാകത്തിന്
പരുവപ്പെട്ട നിഴൽച്ചിത്രങ്ങൾ.

അസ്തിത്വം

ഏറെ മുഷിഞ്ഞ ഉടുപ്പിൽ
മോചന കാംക്ഷിയായി
മിടിപ്പുകളില്ലാത്ത ഹൃദയത്തിന്നധിപ.
ചിറകരിയപ്പെട്ട കാമനകൾ......
വാർന്നൊലിക്കുന്ന നിണച്ചാലുകൾ....
ചട്ടങ്ങൾ കഴുത്തിൽ കുരുക്കിട്ട്
വരിഞ്ഞ് മുറുക്കി പിറകോട്ടുവലിക്കുമ്പോൾ
പുറന്തള്ളുന്ന മിഴികൾക്ക്
ഐക്യമുണ്ടായിരുന്നു
ആചാരങ്ങളിൽ ഹോമിക്കപ്പെട്ടുപോയ ജീവിതം
ചിതയിൽ പരതിയാൽ ഒരസ്ഥി പോലും
അവശേഷിപ്പായില്ലാത്ത ചാരക്കുനകൾ
ആകാശഗംഗയിൽ ചുവന്ന ഗോളങ്ങൾ
ഭൂമിയിൽ കറുത്ത ഗർത്തങ്ങൾ
ത്രിശങ്കു സ്വർഗ്ഗത്തിൽ
നിരാലംബ വിലാപം
അശരണ ഗേഹത്തിൽ
പ്രാണവായുവും കടംകൊള്ളുന്നു ഞാൻ.

ദിക്കുകൾ ഇല്ലാത്തവൾ

തെക്കുനിന്നല്ല വന്നത്
വടക്കുനിന്നല്ല വന്നത്
കിഴക്ക് നിന്നല്ല
പടിഞ്ഞാറുനിന്നുമല്ല
നിനക്ക് തെറ്റിപ്പോയിരിക്കുന്നു
എനിക്ക് ദിശകളില്ല
ദിക്കുകളുമില്ല
ഞാൻ കേന്ദ്രബിന്ദുവാണ്
നാലും ചേരുന്നിടത്തിൽ
നിലയുറപ്പിച്ചവൾ
ഞാൻ കാലമാണ്
നീ തേടിയതും
തേടിക്കൊണ്ടിരിക്കുന്നതും
നിനക്ക് പ്രാപ്യമായതും അപ്രാപ്യമായതും
നിക്ഷിപ്തമായതും
നിന്റെ മൂഢവിചാരത്തിൽ സ്ഥാനം പിടിച്ചിരിക്കാം.
നിന്റെ കാഴ്ച നഷ്ടപ്പെട്ട അകക്കണ്ണിന്
പലവുരു ഇമ തിരുമ്മി നോക്കിയാലും
എന്റെ ദർശനസുഖം
അപ്രാപ്യമെന്നോർക്കുക
നീ കലിയാണ് കലി

സംഹരിച്ച് മടങ്ങുക
പോകുമ്പോൾ തിരിഞ്ഞൊന്ന് നോക്കുക
അവശേഷിപ്പായ് ഒരു ബിന്ദുവായ്
ഒരു ചെങ്കനലായി
അവസാനമെന്നെ കണ്ടേക്കാം
വായടച്ച് പത്തിതാഴ്ത്തി മടങ്ങുക.

പരസ്പരം

പരസ്പരം വെറുത്ത് തുടങ്ങിയപ്പോഴാണ്
പരസ്പരം അറിഞ്ഞ് തുടങ്ങിയത്.
പരസ്പരം അറിഞ്ഞ് തുടങ്ങിയപ്പോഴാണ്
അകന്ന് തുടങ്ങിയതും.
അകന്നകന്ന് വിദൂരങ്ങളിലിരുന്ന്
നമ്മൾ അടുത്ത് തുടങ്ങിയിരിക്കുന്നു.
അകല്‍ച്ചയും അടുപ്പവും
പരസ്പരം എന്ന മദ്ധ്യവര്‍ത്തിയില്‍
കോര്‍ത്ത് കിടക്കുന്നു.

മൃതം

തിരിച്ചറിവുകൾ
ആഴത്തിലുള്ള മുറിപ്പാടുകൾ സമ്മാനിച്ചു.
വ്രണങ്ങൾ പൊറ്റകെട്ടി ചീഞ്ഞൊലിച്ചു
പുഴുക്കൾക്ക് വാസസ്ഥലം പതിച്ചുനല്കി.
ഒന്ന് ചീഞ്ഞ് മറ്റൊന്നിൻ വളമെന്ന് പഴമൊഴി
ഇനിയൊരു തിരിച്ചുകയറ്റത്തിനായി കൊതിക്കുമ്പോഴും
മനസ്സ് വെളുത്തഹസ്തങ്ങളിൽ
നിണപ്പാടുകൾകാട്ടി ഭയപ്പെടുത്തി.
വിഹ്വലതകളിൽ നിന്ന് വിഹ്വലതകളുടെ
കാണാക്കയത്തിലേക്ക് വലിച്ചെറിയപ്പെട്ട ജഡതുല്യ
ഇരുളിലും പകലിലും നീയെനിക്കിന്ന് പേക്കിനാവായി.
പോയ കാലത്തിൻ പോക്കുവെയിൽ
ഉമ്മ വെച്ച വഴിത്താരയിൽ ഇടകലർന്ന
നമ്മുടെ വിയർപ്പിൻ ഗന്ധം
വീർപ്പുമുട്ടിക്കുന്ന എന്നിലെ
പെണ്മയിൽ ലജ്ജ തോന്നി
ഉടലെന്ന മുഷിഞ്ഞ ഉടുപ്പിനുള്ളിൽ ഒരുവൾ
ആത്മഹത്യ ചെയ്തിരിക്കുന്നു.
ഇപ്പോഴും ശവത്തിൽ പ്രാപിക്കാൻ
എത്ര പ്രണയികൾ……
എത്ര വിരഹികൾ…….

എത്ര ദാഹികൾ. ....
അകാലത്തിൽ മരണപ്പെട്ട
യുവതിയുടെ ഉടലിൽനിന്നും വിട്ടുപിരിയാൻ
മുല്ലപ്പൂ ഗന്ധത്തിനത്രയെളുപ്പമാവില്ല.
ആകർഷിപ്പിക്കാനേ പ്രേതങ്ങൾക്കാകൂ.
സ്പർശിക്കാനാകാതെ ഉടലുകളുരുകും.

കൊന്നമരങ്ങൾ

വിഷുക്കൈനീട്ടമായ്
ഒരു കണിക്കൊന്നത്തെ
നട്ട് നനച്ച് വളർത്തണം
ഇലകൾ കിളിർക്കുന്നത്
നോക്കി ആഹ്ലാദിക്കണം
പൂക്കൾ മൊട്ടിട്ട് വിരിഞ്ഞ് വരുന്നത്
സ്വപ്നം കാണണം...
പുലർകാലങ്ങളിൽ നനവ് നല്കി
കാത്തിരിക്കണം.
ഒരിക്കൽ...
ഒരിക്കൽ ഒരു വിഷുപ്പുലരി വരും
ആ പുലരിക്ക് കണിയായ്
ഒരായിരം കൊന്നപ്പൂക്കളീമരം
വിരിയിച്ച് നിർത്തും....
എന്നും ഈ കൈനീട്ടം
കാത്ത് വെച്ച്
എല്ലാവർക്കും നല്കാം....
പച്ചമങ്ങിത്തുടങ്ങിയ
എന്റെ മണ്ണിന്
വരും കാലത്തിൻ കണിയായ്
ഒരായിരം കൊന്നത്തൈകൾ...

പച്ചയും മഞ്ഞയുമായി നിറഞ്ഞ് കവിഞ്ഞ്
എന്റെ മണ്ണ് ഒരു യുവതിയെപ്പോലെ
നിത്യഹരിതയായ്...
നമുക്കെന്നും കണിയായ്
കണിക്കൊന്ന മരങ്ങൾ.

ഒളിവ്

എവിടെയെല്ലാം ഓടി ഒളിച്ചു?
ഒളിവിൽ പോകാൻ
നീ എന്നാണ്
കുറ്റവാളിയായത്?
കൊലപ്പെടുത്തിയോ?
പിടിച്ചുപറിച്ചോ?
അടിപിടികൂടിയോ?
വിളറിയ മുഖം ഈ മൗനത്തിന്
അനവദ്യമായ അർത്ഥവ്യാഖ്യാനങ്ങൾ
കല്പിച്ച് തരുമ്പോഴും....
ഒരു നിരപരാധിയുടെ ആർത്തനാദം
നിശ്ശബ്ദതയിലിരുന്ന് ഞാൻ കേൾക്കുന്നു....
പുലരി മഞ്ഞുരുക്കി....
വെയിൽ ചോലവീഴ്ത്തി.....
സന്ധ്യ കരഞ്ഞ് ചോന്ന്.....
രാവ് നിലാവ് കനിഞ്ഞ്....
നിന്റെ ഒളിത്താവളത്തിന്
ആവത് സാന്ത്വനമരുളി
കാവൽഭടന്മാരായി....
ഇതുപോലെ.....
ഇതുപോലെ ഞാനും.....

നിനക്കായ്......
ഇറ്റ് വീണത് എന്റെ അഴലിൻ നിഴൽ ചേർന്ന
മിഴിനീർച്ചാലുകൾ.....
നിന്റെ ദാഹം ശമിക്കട്ടെ.
ഒരു നിരപരാധിയുടെ
അപരാധിയായ കൂട്ടുകാരി.

പിറന്നാള്‍

ആദ്യദാഹം ശമിപ്പിച്ച്
പാല്‍ ചുരത്തിത്തന്ന
ആ മാറിന് നന്ദി
ആദ്യമായ് ചൊല്ലിയ
ആ നാമത്തിന് നന്ദി
എന്റച്ഛനും നന്ദി.
ആദ്യമായ് എഴുത്തു വിദ്യ
പകര്‍ന്നുതന്ന ഗുരുവിനും പ്രണാമം.
പഴങ്കഥകള്‍ ഈണത്തില്‍ ചൊല്ലി
മണ്‍മറഞ്ഞ മുത്തശ്ശിക്കും പ്രണാമം
ആദ്യമായ് കൂട്ടുകൂടിയ ചങ്ങാതീ...
ആദ്യമായി കളിയാക്കിയ ചങ്ങാതീ...
നന്ദി...
പ്രിയരെ നന്ദി....
എന്നെ ഞാനാക്കാന്‍
വളമായത്...
ഈ ഊര്‍ജ്ജസ്രോതസ്സുകള്‍.....
അഹം പൊരുളറിഞ്ഞിട്ടുമറിയില്ലെന്ന്
നടിക്കുവാനുടലിനെ പാകപ്പെടുത്തിയ .....
സഹവര്‍ത്തികള്‍ക്കും
മറക്കാതെ നന്ദി...

ഇന്നൊരോർമ്മപ്പെടുത്തൽ ദിനം...
പിറന്നാൾ.....
എന്നെപ്പോലെ വിളിപ്പേര് ചൊല്ലിപ്പഴകിയത്......
'ലോപവാക്യം'
ഇന്നെന്റെ 'പിറന്നാൾ.'

വടവൃക്ഷം

പുരനിറഞ്ഞ്.....
പുരനിറഞ്ഞ്....
അവനിന്നൊരു
വടവൃക്ഷമായ്-
പുരയിടം
തണലിലുമായി....
നീരുതേടി
വേരുകൾ പലവഴി പാഞ്ഞ്.....
തകർത്ത്
തുടങ്ങിയിരിക്കുന്നു....
ശിഖരത്തലപ്പുകൾ
ഉടലുണക്കത്തിന്റെ
ലാഞ്ഛനകൾ
കാണിച്ചുതുടങ്ങിയിരിക്കുന്നു.
ഇനിയെല്ലാം എന്നത്തേയും പോലെ...
മുറതെറ്റിക്കാതെ
കാലം
കടപുഴകി വീഴുന്ന
വടവൃക്ഷങ്ങൾക്ക്
ദൃക്സാക്ഷി.

റേഷൻ

കാത്തിരിപ്പായിരുന്നു...
കാത്തിരിപ്പ്.....
ഇരുന്നാലും
നിന്നാലും ഒരേ തൂക്കം....
'നഷ്ട നേരങ്ങൾ'
കുറേ നിന്ന്
കാൽകഴച്ചപ്പോൾ...
ഒരു റേഷൻകടയ്ക്ക് മുൻപിൽ
നില്ക്കുകയാണെന്ന് തോന്നി.....
ഒടുവിൽ എന്റെ പേരുചൊല്ലി
നീ വിളിച്ചപ്പോൾ....
വരിയുടെ ഏറ്റവും പിറകിൽ നിന്ന്
ഞാൻ വിളികേട്ടു.....
അപ്പോഴേക്കും
ഇന്നത്തെ റേഷനും
തീർന്നുപോയിരുന്നു.

കാത്തിരിപ്പ്

ഈ രാവ് കൈതപ്പൂവിന്റെ
സുഗന്ധം ചേർത്ത് വെച്ച്
പുഴ കടന്നു പോയ കാറ്റിന്-
ശോകഗാനം പാടി ഇക്കരെ കാവലിരുന്നു……
കാറ്റ് ചൂളം വിളിച്ച് അകലെ
നിലാവിന്റെ കുടിൽ തേടി നടന്നകന്നപ്പോൾ
രാവിന്റെ മാറ് ഒരു നെടുവീർപ്പിൽ-
ഉയർന്ന് താണ്…
വേദന വിയർപ്പാക്കി
ഹൃദയമിടിപ്പിനെ പ്രാകി…
കാറ്റ് തേടിപ്പോയ
നിലാവിനെ ശപിച്ച്…
കറുത്ത മുഖം
കണ്ണീർ മഴയിൽ നനയിച്ച്…
മിന്നാമിനുങ്ങിനെ തോല്പിച്ച്
മിന്നൽ കണ്ണുരുട്ടി…
മാനം മുഴക്കിക്കരഞ്ഞ്….
നിലാവിന്റെ കുടിലിന്റെ റാന്തൽ വെട്ടമണിയിച്ച്….
മുളിപ്പാട്ടുകാരന്…
പുഴ തിരിച്ചുകടക്കാൻ വെളിച്ചം കാട്ടി….
കടവത്ത് നനഞ്ഞ മണലിൽ വിരലമർത്തി….

വീണ്ടും ഒരു ചുടുനെടുവീർപ്പിൽ
പ്രണയത്തിൻ പുതിയ ഭാവം
ചുണ്ടിലൊതുക്കി അക്ഷമയ്ക്ക് ക്ഷമ പറഞ്ഞ് .....
ചുരുൾമുടിയഴിച്ചിട്ട് അലസമായലസമായ്....

പിൻവിളി

ഓടിയിട്ടും ഓടിയിട്ടും കിതപ്പ് കൂട്ടി...
ദൂരം കുതികാൽവെട്ടി
കല്പിത സമയത്തെ അകറ്റി നിർത്തി....
നെഞ്ഞിടുപ്പിൽ രണ്ട് ഹൃദയങ്ങൾ
സന്ധ്യയെ ചൂളയിലൂതിച്ചുവപ്പിച്ച്
കറുപ്പാക്കാൻ പാടുപെട്ട്....
തീരാത്ത പകൽസ്വപ്നം കണ്ട്....
വാക്കുകൾ കുറുകെ മുറിച്ച്
വിടവാങ്ങി മടങ്ങിയിട്ടും....
തിരികെ വിളിച്ച്
ഈ രാത്രിക്ക് മുൻപ് ഒരിക്കൽക്കൂടി....
ഒരു നിമിഷത്തിന്റെ കാഴ്ച കണ്ണുകൾ
ഉടക്കിപ്പിരിഞ്ഞ് ഇരുവഴിക്കായ് പിരിഞ്ഞ് തീരുന്നിടത്ത് .....
വീണ്ടുമൊരു പിൻവിളിയിൽ...
തിരിഞ്ഞ് നോട്ടത്തിൽ...
സീമന്ത രേഖയിൽ വിയർപ്പിൽക്കുളിച്ച്
സിന്ദൂരം ചെമ്പരത്തിപ്പൂ വിടർത്തി
പെയ്തൊഴിയാൻ കൊതിച്ച
കാർമേഘം പോലെ ഭസ്മക്കുറി
വീണ്ടും ഇരുണ്ടുകൂടി...
ചുണ്ടിൽ വീണ്ടും
പറഞ്ഞ് തീരാൻ
ബാക്കിയായ കടങ്കഥകൾ....

മനസ്സിൽ പുഴയൊഴുകുന്നു

ഇന്നലെ രാത്രി
ശക്തിയായ്
പെയ്ത് വീണതിലാകാം
എന്നോടുള്ള പ്രണയം കൂടിയ
നേരത്തെന്നപോൽ
നിന്റെ കലങ്ങിയ
കണ്ണുകൾക്ക് സമാനമായി
എന്റെ യാത്രയിൽക്കണ്ട
ഏതോ പുഴ കലുഷിതമായി
അങ്ങനെ ഒഴുകിയത്.
എന്നെ പ്രണയിച്ചപ്പോഴും
എന്നെ വെറുത്തപ്പോഴും
നിന്റെ കണ്ണുകൾക്ക്
ഒരേ ചോപ്പ്.
എന്നിൽ നിന്ന് പിരിഞ്ഞ് പോകുമ്പോൾ
ഈ പുഴയെപ്പോലെ
നിന്റെ കണ്ണുകൾ
ഇങ്ങനെ കലങ്ങിച്ചുവക്കുമോ...
അതോ നിന്നെ വിട്ടുപിരിഞ്ഞ്
ഞാൻ മടങ്ങുമ്പോൾ
ആത്മനൊമ്പരം അടക്കാൻ
സജ്ജമാകുന്ന നിന്റെ മനസ്സ് കൈവിട്ട്
നീ ഈ പുഴയെപ്പോലെ
അലസമായി കലങ്ങി ഒഴുകിയിടുമോ.

കടം കൊടുത്തപ്പോൾ

യൗവനത്തോട്
യൗവനം കടം ചോദിച്ചു
കൊടുത്തത് തിരിച്ചു കിട്ടാത്തതിൽ
അന്നവിടെ
കലഹം നടന്നു.
വാർദ്ധക്യത്തോട്
വാർദ്ധക്യം കടം ചോദിച്ചു.
തിമിരക്കണ്ണുകൾ
നിസ്സംഗം കേൾക്കാക്കാതുകൾ
കൂർപ്പിച്ച് വാ പൊളിച്ചു.
യൗവനത്തോട്
വാർദ്ധക്യം കടം ചോദിച്ചു.
കൊടുത്തിട്ട് മതിയാവാതെ
യൗവനവും
വാങ്ങിയിട്ട് മതിയാവാതെ
വാർദ്ധക്യവും
നഷ്ടപ്പെട്ടതെല്ലാം
തിരിച്ച് പിടിച്ചു.

കുർബ്ബാന

അതിപുരാതനം
തീൻമേശ
അപ്പുറത്ത് നീ
ഇപ്പുറത്ത് ഞാൻ
നീ പകർന്നു തന്ന
വീഞ്ഞിന്
ചൂര് ഗന്ധം
മുറിച്ചിട്ട അപ്പക്കഷണങ്ങളിൽ
തേൻപുരട്ടിയ
സർപ്പവിഷം.
നിന്റെ
വെള്ളാരം കണ്ണുകളിൽ
ഞാൻ ഉടൽതണുത്ത
താഴ്വാരങ്ങളിൽ
സവാരിപോയി.
പെരുവിരലിൽ
ഇരച്ച് കയറിയ
തണുപ്പിന്
മരണത്തിന്റെ മണം.
വിഹലതകളില്ലാത്ത മനസ്സ്
നിലാവുടഞ്ഞ
രാത്രിയെപ്പോലെ ശാന്തം.
നിർഭയമായിരുന്നു

ആ നേരങ്ങളിൽ.
ആഴങ്ങളിൽ നീ വരച്ചിട്ട
കുരിശിനു കീഴെ
ഞാൻ
കുർബ്ബാനയിലായിരുന്നല്ലോ.

ശ്രമം

ഞാൻ
വിരക്തിയുടെ പടവുകൾ
തിരിച്ചിറങ്ങുമ്പോൾ
നീ
വിരക്തിയുടെ പടവുകൾ
കിതപ്പോടെ
ഓടിക്കയറുകയാണ്.
ഞാൻ
ചുട്ടുപൊള്ളുന്ന
മരുഭൂമിയിൽ
തനിച്ചുറങ്ങുമ്പോൾ
ധ്രുവപ്രദേശങ്ങളിൽ
നീ
ചൂടുതേടുന്നു.
ഞാൻ
കടലാഴങ്ങളിൽ
മുങ്ങാംകുഴിയിടുമ്പോൾ
നീ ആകാശത്തിന്റെ
അനന്തതയിൽ....
രണ്ട് രാജ്യങ്ങൾക്കായ്
രണ്ട് ഭൂഖണ്ഡങ്ങൾക്കായ്

രണ്ട് അക്ഷാംശങ്ങൾക്കായ്
കൊമ്പുകോർക്കുന്നു.
ഈ കെണഞ്ഞ ശ്രമത്തിന്
ഒരു അർദ്ധവിരാമം
ആർക്കാണിവിടെ സാദ്ധ്യം.

ദൈർഘ്യം

പകലിന് കുറച്ചുകൂടി
ദൈർഘ്യമുണ്ടായിരുന്നെങ്കിൽ...
വിലക്കുകളുടെ
ചട്ടങ്ങൾ
ഇരുളിനെ മദിച്ചില്ലായിരുന്നെങ്കിൽ
അത്തിപ്പഴച്ചോപ്പുള്ള സായന്തനങ്ങളിൽ
നമുക്ക് കണ്ണുകൾ ചേർത്ത്
ആകാശ നീലിമയിലേക്ക്
ഇടയ്ക്കൊന്ന് ഇമ വെട്ടിച്ച്
മഞ്ഞിൻചീളുകളിൽ
ഉടലൊളിപ്പിച്ച്
കവിതയുടെ വരിപ്പൂക്കളൊൽ
വരണമാല്യമണിയിച്ച്
ഹൃദയമിടിപ്പിന്
ഒരേ ശ്രുതിയും താളവും പകർന്നേകി
നക്ഷത്രങ്ങളെ
പേര് ചൊല്ലി വിളിക്കാം.
ഉറക്കെ പൊട്ടിച്ചിരിക്കാം.

ശാശ്വം

വാഗ്ദാനങ്ങൾ ബന്ധിച്ചു നിർത്താത്ത...
അപേക്ഷകൾകൊണ്ട് വീർപ്പുമുട്ടിക്കാത്ത
വാക്കുകളാൽ അലങ്കാരപ്പണി നടത്തി
വികൃതപ്പെടുത്താത്ത....
മനഃശാന്തിയെ തൊട്ടുതീണ്ടി
ആത്മാവിന്റെ പവിത്രതയെ മലിനപ്പെടുത്താത്ത
നിത്യഹരിതയവനികത്താളുകളിൽ
മുഖമുയർത്തി, നിശബ്ദമായീ
പ്രകാശപൂർണ്ണമായ
തീരങ്ങൾക്കായ് കാത്തിരിക്കാം.
വാചാലമായ സമുദ്രത്തിരമാലകൾ
എണ്ണിത്തിട്ടപ്പെടുത്തേണ്ടതില്ലാത്ത
ആത്മസംഘർഷങ്ങളുടെ
നുരഞ്ഞുപതയലുകൾ...
കൃത്യമായ് സ്ഥാനംപിടിക്കാനാകാതെ
അടിയൊഴുക്കിൽപ്പെട്ട്
ജീവന്റെ അവസാനപിടച്ചിൽ
അപ്പോഴും,
കഴിഞ്ഞ നിമിഷത്തിന്റെ
പൂർണ്ണതയിൽ നിർവൃതിയടങ്ങ്
പാതികൂമ്പിയ കണ്ണുകളിൽ
നീലാകാശ സീമയ്ക്ക് മഴവില്ലഴക്.
ആത്മാർപ്പണം ശരീരബിംബങ്ങൾ കടന്ന്

കാമനകളുടെ പരിസമാപ്തിയിൽ
വിശ്വപ്രപഞ്ചത്തെ ഒന്നാകെ
ഉള്ളംകൈയിലൊതുക്കി
നറുമന്ദസ്മിതത്താൽ
ദൈവത്തെ കാണിച്ചുതന്നു.
പ്രകാശവലയങ്ങൾ മാത്രമവശേഷിക്കുന്ന
ഇടങ്ങളിൽ നിലയുറപ്പിക്കാൻ
ഒരു പരീക്ഷകൂടി.

ഇരട്ടത്താപ്പുകളുടെ താക്കോൽക്കൂട്ടം

ത്യാഗത്തിന്റെയും
ധ്യാനത്തിന്റെയും
കഥപറയാനേ നേരമുണ്ടായിരുന്നുള്ളു...
പുരയിടത്തിന് ചുറ്റും
മുള്ളുവേലികൾ
കൈതച്ചെടികൾക്കും രാക്ഷസീയത..
കൈവള്ളികൾ വരിഞ്ഞ് ചുറ്റിയ മതിൽക്കെട്ടുകളിൽ
വെളുത്ത പുഴുക്കൾ
കായ്കളിൽ
കറുത്തകുത്തുകൾ
അവശേഷിപ്പിച്ച് ഇഴഞ്ഞ് നീങ്ങുന്നു.
പതിച്ച് നല്കലും പാട്ടത്തിന് കൊടുക്കലും
കടപ്പാടുകളുടെ എലിക്കെണിപ്പൂട്ടൽ...
ഇരട്ടത്താപ്പുകളുടെ താക്കോൽക്കൂട്ടങ്ങൾ
കുടവയറുകൾക്ക് കീഴെ
കാലം ഗൗനിക്കാതെ കുലുങ്ങുകയാണ്....
നീചത്വത്തിന്റെ വിഷവാൾമുനകൾക്ക്
മൂർച്ച കൂടി വരുന്നു....
നെഞ്ച് വിരിച്ച് നിവർന്ന് നില്ക്കണം.....
കൊയ്തെറിയപ്പെടുന്ന തലകൾ
മുറികൂടി പുനർജ്ജനിക്കതന്നെ ചെയ്യും....
കുലക്കയറുകൾ
വരണമാല്യങ്ങളാക്കാൻ

തിളരക്തങ്ങൾക്ക് കരുത്തേറിയിടും....
കുടിലതകൾ നിലം പൊത്തുന്ന നാൾകളിൽ
രക്തപ്പുഴയിൽ സ്നാനം ചെയ്ത്
നമ്മുടെ മണ്ണും
ഒരിക്കൽ പരിശുദ്ധമായ ഒരാത്മാവിനെ
തിരിച്ചുപിടിക്കും...
സമരങ്ങൾ നഷ്ടങ്ങളുടെ ഉച്ചിയിൽ
കാളിയമർദ്ദനം നടത്തി വിജയിക്കുകതന്നെ ചെയ്യും.